GỬI NGƯỜI YÊU VÀ TIN

NGUYỄN THỊ TỪ HUY

GỬI NGƯỜI YÊU VÀ TIN
Nguyễn Thị Từ Huy

Người Việt Books xuất bản lần thứ nhất tại Hoa Kỳ, 2014

14771 Moran Street
Westminster, CA 92683
(714) 892-9414
www.nguoivietshop.com

Bìa: Hoàng Ngọc Biên
Trình bày: Uyên Nguyên

ISBN: 978-1-62988-188-1

Lời giới thiệu của Nhà Xuất Bản

Đề tài chính của cuốn sách *Gửi Người Yêu và Tin* là Dối Trá. Sống trong một xã hội chỉ thấy toàn gian dối, người ta cần một chỗ nương tựa, cần tâm sự với một người mình có thể tin, một người mình yêu thì càng quý báu. Vì vậy, cuốn sách này gồm những lá thư của một người đàn ông viết gửi cho người yêu. Cô nàng là một phụ nữ không thuộc cùng một chủng tộc mà lại sống ở một xứ rất xa xôi. Cô sống hoàn toàn ngoại cuộc, không chia sẻ hoàn cảnh của anh, mà cũng không mang chung những hoài vọng, ước ao mà anh ôm ấp muốn thực hiện cho đồng bào của mình. Vì vậy, anh có thể nói thật, nói đầy đủ những tư tưởng, ý kiến, hy vọng hay nghi ngờ của mình.

Quý độc giả có thể đọc cuốn sách này như một tiểu thuyết. Có một nhân vật, có một câu chuyện, có những thăng trầm trong cuộc đời nhân vật, có những chuyện tình, có hôn nhân và ly dị, có những đứa trẻ ra đời, có người chết hay người muốn tự tử. Đủ các yếu tố tạo thành một tiểu thuyết.

Nhưng quý độc giả cũng có thể đọc cuốn sách này như một bản tự phán, lời thú tội. Nhân vật chính cố gắng thích ứng với xã hội giả dối quanh mình, và nhân đó đã phân tích, tìm hiểu cuộc sống đó ảnh hưởng thế nào đối với bản thân, với vợ, con, bè bạn, đồng nghiệp, đến tất cả những người chung quanh không quen biết. Đây là chủ ý của tác giả. Tác giả chỉ dựng lên một nhân vật, cho nó sống, bắt nó trải qua nhiều cảnh ngộ, để dùng đó làm điểm tựa phân tích một xã hội sống giả dối nó biến thái ra sao. Nhân vật chỉ là một "hình nộm" hoàn toàn do tác giả điều khiển. Hắn được dùng như một con thỏ nuôi trong phòng thí nghiệm cho công cuộc nghiên cứu y học. Nghiên cứu xong thì vứt bỏ cái xác con thỏ đi. Quý độc giả cần được báo trước như vậy ngay từ đầu, để không chờ đợi được gặp một con người sống thật.

Ngay từ đầu, tác giả Nguyễn Thị Từ Huy đã yêu cầu nhân vật của mình tự nguyện tuân hành theo quy luật sống dối trá. Cả xã hội chấp nhận sống giả dối với nhau, ngay từ lớp mẫu giáo mỗi đứa trẻ đã được dậy hát những lời giả dối. Vậy nếu muốn tồn tại, phải tập sống như mọi người. Hắn bèn nhờ một bác sĩ chữa trị cái lương tâm của mình. Thay đổi lương tâm, tẩy sạch cái lương tâm cũ, có thể vứt bỏ nó đi, thay thế bằng một cái "lương tâm" hoàn toàn mới.

Có thể biện minh quyết định như vậy là hợp lý. Khi tất cả mọi người trong xã hội thỏa thuận với nhau cùng sống dối trá, thì họ chỉ cần đồng ý một điều, là thay đổi ý nghĩa tất cả hệ thống ngôn ngữ và giá trị đang dùng. Nói cái gì là "thật" thì mọi người đều hiểu nó là "giả;" gọi cái gì là "đúng" thì ai cũng biết nó là "sai." "Thiện" bây giờ đặt tên là "ác;" "ác" đổi thành "thiện," "xấu" tức là "đẹp;" "đẹp" chính là "xấu", vân vân. Chỉ cần thay đổi toàn thể hệ thống thông tin, đảo ngược tất cả các ý nghĩa, sau đó mọi người có thể tiếp tục sống với nhau trong hệ thống ngôn ngữ mới. Người ta vẫn hiểu được nhau, và guồng máy xã hội vẫn tiếp tục vận hành, không thua gì khi còn sử dụng hệ thống ngôn ngữ và giá trị cũ. Cũng giống như khi chúng ta thay thế "hệ thống điều hành" của một cái máy vi tính, dùng "operating system" mới, các phần mềm đều thay đổi, nhưng cái máy vẫn chạy!

Nếu tất cả xã hội đồng ý đổi "hệ thống điều hành" cũ của lương tâm, kể từ nay tất cả cùng theo "hệ thống điều hành" mới, hoàn toàn dối trá, thì chỉ cần tập luyện một thời gian ai cũng sẽ quen. Giống như đang dùng Microsofts với máy PC mà đổi sang dùng máy Mac cả Apple vậy. Người ta đùa ông Bill Gates, kể câu chuyện ông Steve Jobs sau khi chết có lần trở lại trần gian, gặp đối thủ của mình trên thương trường máy vi tính. Gates hỏi thăm Jobs, sống ở thế giới bên kia thấy gì. Jobs bảo: "Tuyệt vời.

Ở đó không ai cần ở trong nhà, cũng chẳng cần có cái vườn, cái sân nào cả!" Như vậy thì có gì mà tuyệt vời? "Tuyệt chứ! Tự nhiên, không ai cần đến Cổng, cũng không cần Cửa Sổ!"

No Gate! No Window! Ông Gates lên cơ nghiệp nhờ bán hệ điều hành Windows cho các máy PC, rồi bán các nhu liệu chạy với hệ thống đó! Nhưng ông cũng biết, chẳng cần sang thế giới bên kia, ngay ở cõi trần gian này nhiều máy vi tính không dùng hệ thống Windows mà vẫn chạy ngon lành!

Nhưng xã hội loài người có thể thay đổi "hệ thống điều hành" của lương tâm rồi vẫn chạy được như thường hay không? Đây là đề tài mà tác giả *Gửi Người Yêu và Tin* đem ra phân tích.

Sau khi nhân vật chính tự chích ngừa cho cái lương tâm của mình, để tự mình quen dần, rồi sống thản nhiên được với các vi trùng dối trá, hắn đã thành công. Mới đầu anh ta cố thích ứng, rồi tới lúc anh hoàn toàn quen với cái lương tâm mới được "cải tạo," được "giác ngộ," và anh còn phấn đấu để trở thành một người cổ động cho "hệ thống điều hành" dùng dối trá thay cho các giá trị cũ. Cứ như vậy, anh ta tiến bước, leo lên các bậc thang xã hội cao hơn, đạt tới địa vị cao nhất là thành một ủy viên Bộ Chính Trị.

Trong quá trình thăng tiến đó, anh vẫn theo dõi, quan sát, phân tích những hậu quả của việc sử dụng "hệ thống điều hành" mới. Và anh thấy nó tạo ra những biến chứng trong xã hội, những biến chứng không chỉ đảo lộn các thứ giá trị, mà còn gây bao nhiêu đau khổ, còn làm chết người nữa. Tác giả Nguyễn Thị Từ Huy khai sinh nhân vật chính trong môi trường đại học, cho nên những biến chứng được mô tả phần lớn diễn ra trong môi trường đó. Nhưng chúng ta có thể suy đoán trong mảnh đời nào của xã hội cũng thấy diễn ra bấy nhiêu biến chứng. Thí dụ, người ta sẽ làm nhục lẫn nhau, mà kẻ làm nhục người khác chính hắn cũng nhục nhã. Người ta đối sử độc ác với nhau, mà cũng độc ác với chính bản thân mình. Người ta độc ác một cách tự nhiên, vô tư, giống như đang thở vậy. Một hậu quả của "hệ thống điều hành" dối trá là đưa tính độc ác lên thành nền tảng của xã hội. Cũng như tính vô cảm. Đại học được biến thành nơi người ta giết các thanh niên, giết trí thông minh, giết óc phán đoán và ngay đến khả năng cảm xúc của họ. Còn những biến chứng như nạn tham nhũng, hệ thống phong bì, vân vân, chỉ là những bệnh nhỏ, những chuyện hàng ngày ở huyện.

Trong quá trình phân tích đời sống chung quanh mình, nhân vật chính được hai nhân vật khác giúp "soi sáng." Một là người yêu cũ ở xa, một người yêu lý tưởng, không còn đụng chạm gì tới nhau, cũng không bao giờ gặp nhau nữa. Hai là người vợ, mà anh ta rất yêu và rất kính trọng. Người yêu của anh đã tuyệt giao. Vợ anh đã mang con bỏ đi. Nhưng không cần đến các diễn biến đó. Chính anh, tới một lúc sẽ thấy chính mình góp phần tạo ra một xã hội đầy ung nhọt, thối nát, đang sụp đổ. Chính anh, sau cùng đã quyết định phải từ bỏ con người đang sống của mình.

Nguyễn Thị Từ Huy kể chuyện một nhân vật hư cấu để mượn cớ viết bản cáo trạng lối sống giả dối bao trùm trên xã hội hiện tại. Không cần nói ra, ai cũng biết, tác giả muốn mọi người thức tỉnh, từ chối cách sống đó. Bắt đầu, phải có người nói ra: Tôi đang sống trong dối trá! Tôi từ chối, không muốn sống dối trá nữa! Giống như một em bé lên ba, sau khi hát, được cả nhà vỗ tay khen và thưởng, em tròn mắt nói thật: Nhưng đêm qua em có nằm mơ thấy cái gì đâu? Nguyễn Thị Từ Huy bắt chước em bé ngây thơ đó.

Nhà Xuất bản Người Việt, 2014

Lời tựa
Hoàng Ngọc Tuấn

Phải nói ngay rằng *Gửi người yêu và tin* của Từ Huy là cuốn tiểu thuyết thư tín — đúng nghĩa — đầu tiên trong văn chương Việt Nam đương đại, và đây cũng là tác phẩm đầu tiên chạm đến tận căn nguyên của sự tham nhũng và băng hoại đạo đức của nền giáo dục đại học ở Việt Nam hiện nay.

Thể loại tiểu thuyết thư tín khá phổ biến trong văn chương Âu-Mỹ, nhưng trong văn chương Việt Nam, từ trước đến nay, thư tín, như một thủ pháp nghệ thuật và một hình thức tự sự, chỉ được sử dụng trong một số truyện ngắn và tùy bút,(*) chứ chưa bao giờ được sử dụng để tạo cấu trúc toàn bộ từ đầu đến cuối một cuốn tiểu thuyết. Năm 1960, Toàn Phong có xuất bản cuốn *Đời* *phi công*, gồm 14 bức thư, nhưng đó chỉ là những bức thư của tác giả gửi cho một người nữ tên Phượng, mà không hề có một bức thư nào từ người nữ ấy gửi lại, vì thế cuốn *Đời phi công* giống như một cuốn sách để tác giả bày tỏ tâm sự đơn phương, hơn là một cuốn tiểu thuyết thư tín.

Gửi người yêu và tin của Từ Huy là một cuốn tiểu thuyết thư tín gồm 16 bức thư, trong đó có 12 bức của một giáo sư đại học ở Việt Nam, 3 bức của một phụ nữ ngoại quốc, và 1 bức của người đàn ông đã đính hôn với cô ấy.

Hình thức đối đáp qua thư tín khó tạo nên sự hấp dẫn cho một cuốn tiểu thuyết so với hình thức đối đáp trực tiếp bằng lời nói giữa các nhân vật nhưng, ngược lại, nó có khả năng đào sâu vào nội tâm của từng nhân vật. Có lẽ đó chính là chủ đích của Từ Huy khi viết cuốn tiểu thuyết này, chị không cố ý tạo ra những tình tiết hấp dẫn, mà nhắm vào việc khai thác chiều sâu nội tâm: mỗi bức thư là một cuộc giãi bày tâm sự, qua đó, người viết thư diễn tả tất cả những ý nghĩ thầm kín của mình.

Đọc 16 bức thư trong *Gửi người yêu và tin* của Từ Huy, tôi thấy mình rơi vào một thế giới khủng khiếp — thế giới nội tâm của những con người thành đạt trong một guồng máy tận cùng thối nát của sự tham nhũng và băng hoại đạo đức của nền giáo dục đại học ở Việt Nam hiện thời.

Từ những năm 80 đến nay, ở Việt Nam đã có không ít tiểu thuyết, truyện ngắn và kịch bản viết về đề tài chống tham nhũng. Ở Trung Quốc — "nước xã hội chủ nghĩa anh em" của Việt Nam — đề tài này đã được các tiểu thuyết gia khai thác nhiều đến độ trở thành một thể loại gọi là "phản tham tiểu thuyết" và thu hút rất đông đảo độc giả. Tuy nhiên, ở cả hai nước xã hội chủ nghĩa này, số lượng tiểu thuyết viết về sự tham nhũng và băng hoại đạo đức của nền giáo dục nói chung, và nền giáo dục đại học nói riêng, thì còn khá ít, và không chỉ khá ít về số lượng, mà còn khá nông cạn về nội dung.

Thoạt đầu, những cuốn tiểu thuyết "chống tham nhũng" đã xuất hiện dưới hình thức giống như tiểu thuyết trinh thám, xoay quanh những vụ án tham nhũng, và diễn biến câu chuyện được trình bày theo một công thức rất an toàn cho tác giả, trong đó những nhân vật phản diện tức là những cán bộ tham nhũng (thường là những kẻ ở hàng lãnh đạo trung cấp trở xuống) bị theo dõi, rồi bị phát hiện và bị đem ra trước vành móng ngựa. Còn giới cán bộ lãnh đạo cao cấp thì luôn luôn được mô tả như những người ngay thẳng, đại diện cho lẽ phải. Những cuốn tiểu thuyết "chống tham nhũng" theo công thức ấy được cho phép xuất bản, vì chúng truyền bá cái thông điệp rằng trong một đất nước xã hội chủ nghĩa (như Việt Nam và Trung Quốc) thì công lý sẽ toàn thắng dưới sự lãnh đạo của Đảng. Trong những năm đầu tiên ấy, đa số độc giả ở Việt Nam và Trung Quốc cảm thấy hả hê khi đọc những cuốn tiểu thuyết "chống tham nhũng" vì trước kia họ chưa từng thấy hình ảnh những cán bộ tham nhũng bị đem ra phê phán và kết tội trên những trang sách.

Thế nhưng, chẳng mấy chốc thì sự hả hê của độc giả đối với những trang tiểu thuyết ấy tan dần đi vì thực trạng xã hội bày ra trước mắt họ một nạn tham nhũng càng ngày càng trở nên trầm trọng trong mọi lĩnh vực và ở mọi cấp chính quyền. Một số nhà văn bắt đầu cố gắng bước ra khỏi cái công thức an toàn trước kia để đặt ra những vấn đề về cơ chế chính trị và hệ thống quan chức. Tuy nhiên, nỗ lực của họ bị hạn chế bởi mạng lưới kiểm duyệt. Họ chỉ có thể mổ xẻ một số vấn đề trong một phạm vi và một mức độ nào đó không đụng đến bản chất của chế độ và không làm tổn hại đến uy tín của Đảng.

Một điều đáng lưu ý là mặc dù nạn tham nhũng từ lâu đã thâm nhập vào lĩnh vực giáo dục và đã gây nên vô số hậu quả vô cùng tệ hại, số lượng tiểu thuyết viết về đề tài này vẫn còn khá ít. Ở Việt Nam, từ những năm 80 cho đến nay chỉ có vài cuốn, và những cuốn ấy vẫn còn tự giới hạn ở việc mô tả và phê phán những hành vi "tiêu cực" của một số cán bộ giáo dục, chứ không hề chạm đến căn nguyên của sự tham nhũng và băng hoại đạo đức của nền giáo dục. Để có thể chạm đến căn nguyên của vấn đề này một cách sâu sắc, có lẽ tác giả không chỉ là một nhà văn có tài, mà còn phải là một người trực tiếp làm việc trong lĩnh vực giáo dục, có lương tâm chức nghiệp, có khát vọng mãnh liệt trong việc cải cách giáo dục, có óc quan sát và phân tích hết sức tinh tế, có khả năng đưa ra những nhận định sắc bén, và có lòng dũng cảm.

Cuốn tiểu thuyết *Gửi người yêu và tin* chứng tỏ rằng tác giả có tất cả những điều kiện và phẩm chất đó.

Qua những bức thư trong cuốn sách này, Từ Huy đưa độc giả đi vào nội tâm của một con người để nhìn thấy những nguyên nhân, những tác động và những áp lực nào từ bản thân và ngoại giới đã làm cho một nhà giáo dần dần biến đổi từ lúc còn là sinh viên mới ra trường với tâm

12

hồn trong sạch và đẹp đẽ cho đến lúc trở thành kẻ thoả hiệp với một guồng máy phi nhân, rồi biến thành một nhà lãnh đạo ích kỷ, tham lam, vô cảm, vô liêm sỉ, vô lương tâm, chỉ biết thăng tiến bằng sự luồn lách, dối trá và quỷ quyệt. Đó là một sự biến đổi ngoài sức tưởng tượng của người yêu của hắn, hay của bất cứ ai sinh ra và lớn lên trong một đất nước khác, nơi cuộc sống có công lý, có tự do và có một nền giáo dục nhân bản.

Từ Huy đã viết cuốn tiểu thuyết *Gửi người yêu và tin* với một ngòi bút tỉnh táo và sắc bén của một nhà phân tích tâm lý và một nhà phê phán xã hội và, dưới ngòi bút ấy, nhân vật chính trong tác phẩm — một nhân vật hư cấu nhưng đích thực là điển hình của loại người đang làm mục ruỗng xã hội và đạo đức ở Việt Nam hiện nay — tự phơi bày bản chất qua nhiều chặng biến đổi khác nhau từ trang sách đầu tiên cho đến trang sách cuối cùng.

Tác giả đã để cho nhân vật ấy biến đổi một lần cuối, từ sau cái chết của cô tình nhân ngoại quốc — "người yêu và tin" — của hắn. Trong những bức thư cuối cùng (mà hắn tiếp tục viết và gửi cho nàng, dù nàng đã chết), hắn bắt đầu tự phản tỉnh. Đó là lúc tác giả dừng ngòi bút phân tích và phê phán của mình lại, và đưa vào trang viết một thoáng hy vọng. Chính tác giả thú nhận đó là "một hy vọng nhuốm màu tuyệt vọng", nghĩa là tác giả hy vọng rằng những con người như thế vẫn còn có thể thay đổi để trở lại với thiện tâm. Đó là một niềm hy vọng vô cùng mong manh, một niềm hy vọng gần như bất khả, xuất phát từ ý thức nhân bản sâu sắc của tác giả. Và chắc hẳn đa số độc giả, những con người đầy thiện tâm, cũng muốn có một chút hy vọng như thế, mặc dù ngay sau chút hy vọng mong manh ấy, tác giả cũng đành phải trao cho nhân vật ấy cái quyền tự xử.

Đọc xong *Gửi người yêu và tin* của Từ Huy, tôi chợt có thêm một thoáng hy vọng nữa, một thoáng hy vọng cũng vô cùng mong manh, rằng tác phẩm này sẽ có cơ hội được đọc bởi chính những con người mà nó phản ảnh, và biết đâu có một giây phút tự phản tỉnh sẽ xảy ra trong lòng những con người ấy.

Hoàng Ngọc-Tuấn

Sydney, 3/2014

(*) Trong tiểu luận "Thư của các nhà văn", Nguyễn Hưng Quốc viết: "Thư, với tư cách một thủ pháp nghệ thuật và một hình thức tự sự, cũng đã được sử dụng; không nhiều, nhưng có, từ Nhất Linh, trong truyện ngắn 'Mười năm qua' đến Toàn Phong trong cuốn *Đời phi công* (1960) và một số nhà văn khác, trong đó có Võ Phiến với những 'Thư nhà' (1962), *Thư gửi bạn* (1976) và *Lại thư gửi bạn* (1979), v.v..."

www.tienve.org/home/literature/viewLiterature.do?action =viewArtwork&artworkId=5713

1.

Gửi em,

Anh quyết định nói ra điều này ở thời điểm này để những gì cần kết thúc sẽ kết thúc cùng với năm cũ.

Anh sống trong một xã hội được cấu tạo trên nền tảng của sự dối trá, có lẽ vì vậy anh đặc biệt nhạy cảm và đặc biệt muốn tự bảo vệ mình trước sự dối trá.

Em hình dung được không? Ở đây trẻ con từ khi đi học mẫu giáo đã được dạy cho cách để trở thành những kẻ nói dối. Các em được dạy hát về giấc mơ mà các em không có. Các em hát về giấc mơ trong đó các em gặp và yêu quý một người xa lạ. Nhưng các em không hề có giấc mơ đó, thậm chí còn chưa biết người đó là ai, ở cái tuổi lên ba lên bốn. Các em được nhà trường cung cấp, hay đúng hơn, buộc phải mơ những giấc mơ không có thực. Giấc mơ ở đây không có nghĩa là mơ ước, giấc mơ ở đây là những gì ta thấy trong giấc ngủ, vì thế mà có thể nói đến việc ta có mơ thấy nó hay không, tức là giấc mơ đó có tồn tại hay không. Ý anh là ta không nói tới chuyện nội dung giấc mơ có thực hay không có thực, ta nói đến việc ta có một giấc mơ như thế hay không.

Nếu ta không mơ thấy ai đó trong khi ngủ mà lại nói rằng có, như vậy chắc chắn ta nói dối rồi. Bài hát về giấc mơ, sự dối trá lớn đầu đời, sẽ đồng hành cùng các em cho đến khi rất có thể các em không còn khả năng phân biệt đâu là mơ đâu là thực nữa. Ai đó sẽ nói rằng tác phẩm nghệ thuật, văn học, âm nhạc... là hư cấu, mà hư cấu không giống thực và gắn với tưởng tượng, đã tưởng tượng thì có quyền tưởng tượng mọi điều. Tuy nhiên, em biết không, vấn đề ở đây là người ta cứ nhất định muốn bắt các em bé phải tin rằng bài hát ấy mang chứa những gì có thực đối với các em. Và đến khi các em lớn hơn, người ta cũng bắt các em phải tin rằng các bài thơ, các truyện ngắn, tiểu thuyết, bài hát... mà các em học ở trường đều là thực, là chân thực, hay trung thực... chứ không phải tưởng tượng.

Bài hát ấy thế hệ anh đã hát ngày bắt đầu tới trường mẫu giáo, ngày nay tất cả trẻ con xứ này vẫn tiếp tục hát. Anh đã chẳng bao giờ băn khoăn gì về cái giấc mơ lừa dối cho đến một hôm một cháu bé 3 tuổi xinh xắn và đĩnh ngộ, nghe lời mẹ, hát tặng bạn bè của mẹ bài hát đó. Khi cháu hát xong mọi người vỗ tay khen, bất ngờ cháu nói:

"Nhưng đêm qua cháu không mơ, cháu không mơ thấy ai cả".

Người lớn cười và đứa trẻ giận dỗi bỏ đi. Bao nhiêu triệu trẻ con mới có được một cháu bé nói ra điều ấy?

Cháu bé đó, chỉ trong một khoảnh khắc, đã giúp anh nhận thức được sự bất lực của cái công việc anh đang thực hiện. Với những bài học dối trá, làm sao có thể dạy cho học sinh sự ngay thẳng và phẩm chất trung thực? Làm sao có thể dạy cho học sinh trở thành công dân biết tôn trọng pháp luật khi pháp luật bị vi phạm khắp nơi nơi, bị vi phạm ngay trong trường học. Làm sao có thể dạy cho học sinh về sự công bằng, ý thức về lẽ phải và lòng nhân ái khi có những tác giả quan trọng, những tác phẩm quan trọng của nền văn học đương đại không được nhắc đến trong các sinh hoạt học thuật đương thời; khi mà học sinh sinh viên của miền Nam không được biết về các nhà văn của miền đất nơi chính họ đang sống? Ngày này qua ngày khác, năm này qua năm khác, công việc của giáo viên và nhà trường, theo cách thức như thế, đã biến những gì bất thường thành ra bình thường, và biến những gì bình thường thành ra bất thường. Những chân giá trị bị loại bỏ, bị quên lãng, những ngụy giá trị được tụng ca và được nâng lên thành biểu tượng.

Câu nói của cháu bé đó như một tia chớp phút chốc chiếu thẳng vào cái vùng vốn rất đỗi bùng nhùng trong đầu anh, soi rọi một sự thật: ở nơi này nhà trường không thể đảm nhiệm được chức năng giáo dục. Cùng lắm nó chỉ thực hiện được vai trò đào tạo, truyền thụ kiến thức mà thôi, những kiến thức bị định hướng. Thực tế ngày nay cho thấy trường học đang dần dần trở thành nơi bán điểm, bán bằng, trong một cuộc đua khốc liệt về thành tích. Dĩ nhiên, đó là những thành tích không có thực. Cũng giống như cái giấc mơ không có thực mà bất kỳ đứa trẻ nào ở đây cũng phải mơ, cũng bị buộc phải mơ.

Sự giả dối còn mang một diện mạo khác. Trên một đoạn đường dài 5km, chỉ có khoảng nửa cây số có trồng cây xanh, đoạn còn lại bụi bặm, ô nhiễm, trần trụi, tắc nghẽn. Nhưng người ta không nhìn thấy cái phần đó, người ta chỉ nhìn thấy đoạn có cây xanh, và phóng chiếu hình ảnh của đoạn đường xanh ấy lên toàn bộ ý thức. Cả những con đường khác không có một cái cây nào người ta cũng phủ xanh cho chúng trong ý thức của mình. Người ta phóng chiếu hình ảnh con đường xanh trong não, trùm nó lên những con đường thực. Thế là xong. Thế là có một thành phố xanh, chẳng phải trồng cây, chẳng phải tưới tắm chăm sóc gì cho mệt.

Làm sao còn có thể làm giáo dục?

Em nói xem, anh có tự lừa dối mình không khi tiếp tục ảo tưởng rằng có thể làm điều gì đó cho giáo dục?

Em biết không, về căn bản, trường học ở đây không thể dạy cho học sinh các đức tính trung thực, can đảm và cao thượng. Không thể. Giáo dục đòi hỏi làm gương, soi vào những tấm gương hèn nhát, giả dối và thấp kém của thầy cô học sinh có thể học được gì?

Em thấy kỳ cục không khi người ta cứ mơ có những tác giả lớn và những tác phẩm lớn trong khi lại sống và suy nghĩ như những kẻ hèn mọn, khuyên hoặc buộc người khác sống như những kẻ hèn mọn. Người ta nuôi tham vọng hiểu được những tư tưởng cao quý trong khi hành xử và tư duy như những kẻ thấp kém hạ đẳng.

Em sống trong một xã hội khác, nên em không hiểu được những tổn thương ghê gớm mà những lời nói dối vô hại gây ra cho anh.

Người ta sẽ không thấy tổn thương khi mở tivi và đọc báo hàng ngày với một tâm thế rằng có thể mọi thông tin ở đó đều chỉ có một mức độ tin cậy rất thấp, và một số thông tin hoàn toàn thiếu trung thực. Cần phải tìm sự thật ở nơi khác. Khi người ta không còn tin nữa thì sự dối trá không còn khả năng gây tổn thương. Không còn khả năng bị tổn thương, đó chính là cái bàn đạp cho sự vô cảm gia tăng. Nhưng anh không muốn nói tới chuyện vô cảm ở đây. Anh chỉ muốn nói rằng người ta chỉ tổn thương nếu sự dối trá đến từ đối tượng mà ta tin tưởng. Anh chỉ muốn giải thích vì sao anh cảm thấy bị tổn thương.

Điều nghịch lý là, sống trong một xã hội vận hành trên nguyên lý dối trá như vậy, người ta lại càng cần đến niềm tin hơn bao giờ hết. Có lẽ em cũng đã thấy, chưa bao giờ tín ngưỡng, thậm chí mê tín dị đoan, lại phát triển như hiện nay. Để sống người ta luôn cần phải tin vào một điều gì đó, cần phải tin vào một ai đó.

Anh biết mình vô lý khi đau khổ quá nhiều vì những lời nói dối được cho là vô hại. Anh biết trong đời sống đôi lúc những lời nói dối vô hại cũng cần thiết. Chẳng hạn như không cho bệnh nhân ốm nặng biết tình trạng thực của mình để giữ tinh thần cho họ. Đôi khi để tránh không làm cho người thân lo lắng vô ích người ta cũng có thể bịa ra một lí do không quan trọng nào đó. Biết thế, mà anh vẫn không tránh khỏi cảm giác đau khổ, một cách kỳ cục. Nhưng có thật là những lời nói dối ấy vô hại như người ta nghĩ không? Khi người ta dùng những lời dối trá, những con số dối trá bịa đặt để thao túng bộ máy truyền thông nhằm đạt cho được mục đích riêng, thì những lời dối trá đó có còn được xem là vô hại?

Anh biết lẽ ra anh cần phải tin em. Anh hiểu em đủ để lẽ ra không đau khổ trước vài lời nói dối thiện chí. Trong thẳm sâu, anh biết em thiện chí. Thế mà anh vẫn thất vọng. Và điều đó hủy hoại nhiều tình cảm tốt đẹp khác. Thật kinh khủng, anh nhận thấy rằng sự thất vọng đã hủy hoại những cảm xúc tốt đẹp trong anh. Đó chẳng là gì khác hơn ngoài sự mù quáng. Sự giả dối của toàn bộ xã hội bên ngoài tạo ra một thứ áp lực, một sức ép mang tính vật lý, ép chặt vào hai bên màng tai, đến mức sẽ đến lúc không còn phân biệt được những lời nào đáng tin và những lời nào không đáng tin nữa.

Từ từ anh cũng hiểu ra rằng tại sao những điều tốt đẹp đang dần dần biến mất trên xứ sở này. Anh vốn là một đứa chậm hiểu, một học sinh có học lực trung bình, được xếp loại khá nhờ chăm chỉ và cố học thuộc lòng. Nhưng thời anh đi học, nhận được điểm 6 là anh thấy vui rồi, như vậy có nghĩa là sự chăm chỉ của anh đã có kết quả. Ngày nay, một số sinh viên có học lực cỡ anh, khi nhận được điểm 9,8 lại khóc nức nở, cho rằng điểm như thế chưa xứng với khả năng của họ, rằng họ phải được điểm 10 thì mới đúng. Biết đâu, cũng có thể là chưa xứng với số tiền mà họ bỏ ra. Em biết không, hình ảnh làm anh kinh hãi nhất là những thầy cô giáo đi học sau đại học, ấn phong bì vào tay anh và nói "xin thầy nhận tấm lòng của em". Dù anh chỉ là một người có chỉ số IQ bình thường, chậm chạp trong tư duy và ít khả năng phân tích, anh cũng hiểu rằng chẳng có tấm lòng nào trong đó cả. Họ dùng phong bì để mua điểm mà thôi. Đấy là một gương mặt khác của sự giả dối. Anh biết việc mua điểm kiểu đó sẽ còn tiếp tục, chưa biết bao giờ mới kết thúc. Các giáo sư sẽ tự lừa dối mình và lừa dối xã hội bằng cách giải thích: cần phải cho sinh viên điểm cao để khi ra trường họ dễ xin việc làm. Các ngành xã hội nhân văn, đã ít học sinh vào rồi, bây giờ mà còn khắt khe nữa, cho điểm thấp nữa, sẽ chẳng còn ai vào học. Lập luận của họ mặc định rằng tất cả mọi sinh viên đi học đều chỉ vì điểm, rằng các nơi tuyển dụng chỉ cần căn cứ vào điểm trong hồ sơ, và rằng điểm của sinh viên cao đồng nghĩa với chất lượng đào tạo tốt. Nhưng họ càng cho điểm cao, chất lượng càng xuống và học sinh càng ruồng rẫy ngành này. Anh đã gặp những sinh viên chọn ngành xã hội nhân văn thực sự vì niềm say mê. Anh biết những sinh viên giỏi chẳng bao giờ đem tấm lòng của họ nhét vào mẩu phong bì. Tấm lòng của họ sao nhét vừa cái mẩu giấy đó? Những sinh viên giỏi biết nên để tấm lòng của họ ở đâu. Ước gì anh vẽ tranh được như Francis Bacon, người đã vẽ những cái đầu biến dạng, hay như Nguyễn Thái Tuấn, người đã vẽ những hình nhân không đầu. Phải, ở đây để sống người ta không cần có cái đầu, đúng hơn, để sống người ta phải vứt bỏ cái đầu của mình đi. Anh muốn vẽ những thân người với cái đầu và cái mặt có hình dạng phong bì. À "tấm lòng", cả trái tim cũng có hình phong bì. Nhưng anh chẳng có tài vẽ, anh chẳng có bất kỳ thứ tài nào. Về cơ bản anh là một kẻ vô dụng, đến làm một người bình thường cũng không làm nổi.

Anh bị một thứ ám ảnh, bác sĩ gọi là ám ảnh phong bì. Ông bác sĩ cho anh uống bao nhiêu thuốc mà vẫn chẳng khỏi. Ông ấy nói sẽ cố tìm cho anh một loại thuốc miễn dịch giả dối, miễn dịch đối với bệnh giả dối. Nhưng thực sự anh không muốn tiêm cái thứ miễn dịch đó. Bác sĩ nói trường hợp anh hơi lạ, vì thông thường cơ thể người sẽ tự chế ra những miễn dịch để thích ứng với môi trường. Có trục trặc nào đó về mặt sinh học trong cơ thể anh, ở mãi trong môi trường này rồi mà anh không thể sản sinh nổi thứ miễn dịch ấy. Theo bác sĩ, như vậy sẽ rất nguy hiểm, không được miễn dịch anh sẽ không sống nổi.

Nhưng hình như không phải thế, đầu óc anh có vấn đề, có thể anh nhớ không chính xác. Không phải miễn dịch, không phải đề kháng, mà là cơ thể tạo ra một thứ virus giả dối tương tự. Không phải để tìm cách tấn công tiêu diệt nó, mà để khi virus giả dối bên ngoài thâm nhập vào thì cơ thể đã chuẩn bị sẵn môi trường cho nó, để nó có thể hoạt động bình thường, không gây đột biến và không gây nguy hại cho cơ thể. Như thế cơ thể mới có thể thích ứng với sự giả dối, thích ứng chứ không phải tiêu diệt virus giả dối. Đúng, ông ấy nói như vậy. Sức đề kháng của anh không đủ mạnh, khả năng thích ứng của anh không đủ mạnh. Ông ấy nói anh cần tiêm thêm vắc- xin giả dối. Loại vắc- xin này đặc biệt ở chỗ, nó khiến cho môi trường cơ thể cân bằng với môi trường bên ngoài, khi virus giả dối bên ngoài đi vào cơ thể, nó kết hợp một cách nhịp nhàng với virus giả dối đã có sẵn ở trong đó, cái này không loại trừ cái kia, phối hợp cùng làm cho nhau mạnh lên, cho nên mọi thứ tiếp tục hoạt động một cách bình thường, tốt đẹp.

Theo ông ấy, sẽ nguy hiểm nếu cơ thể anh không tự sản sinh ra những miễn dịch giả dối hay không tiếp nhận được vắc-xin giả dối. Lúc đó anh sẽ không nhìn được mọi người như họ muốn anh nhìn. Trái lại, nguy hiểm là ở chỗ, rất có thể anh sẽ nhìn các nhà cải cách như những kẻ bảo thủ, nhìn những người kêu gọi dân chủ như những kẻ độc tài, nhìn những nhà giáo dục đang hô hào đào tạo con người trung thực thành ra những kẻ lừa đảo... Anh sẽ làm rối loạn các chuẩn mực của xã hội hiện hành. Anh sẽ làm méo mó các hình ảnh mà người ta cố công xây dựng bấy lâu nay. Bản thân anh cũng bị rối loạn vì không thể nào làm trùng khớp hình ảnh mà anh nhìn thấy và hình ảnh đã được vẽ ra. Ông bác sĩ thực sự lo lắng cho anh.

Ông ấy lấy máu anh, làm các xét nghiệm rất cẩn thận, và tự tiến hành các nghiên cứu riêng để điều chỉnh vắc-xin giả dối sao cho phù hợp với các thành phần của máu anh. Ông cũng lấy các tế bào ở các bộ phận khác trên cơ thể anh để phân tích. Ông làm hết các phân tích này sang phân tích khác. Thử nghiệm nhiều tháng trời, kiên trì để cứu anh. Và anh cũng kiên trì phối hợp với các nghiên cứu của ông. Dù sao anh cũng muốn được sống, và muốn được sống một cách bình thường, như mọi người. Rõ ràng anh không bình thường, anh biết thế. Khi một bà giáo sư ném vào mặt anh câu mỉa mai này: "Cứ như thế thì anh làm sao mà vui được!", anh cảm nhận rõ sự thương hại của bà, anh không biết làm cách nào để vui khi xung quanh quá nhiều bất công đau khổ. Dù sao bà cũng trung thực, thế là anh vui được thấy bà ấy trung thực. Còn anh lại thấy sợ khi người ta có thể vui trên nỗi đau khổ của người khác. Lúc người ta vui anh lại thấy buồn, lúc người ta trống dong cờ mở đón nhận huy chương huân chương hạng nhất anh lại chỉ cảm thấy một nỗi buồn mênh mông, nỗi buồn loang ra tràn ngập cả hội trường nơi các thầy cô và sinh viên đang hồ hởi đón nhận phần thưởng cho các thành tích của giáo dục, đến mức anh phải bỏ ra ngoài, sợ rằng nỗi buồn mà chảy thành nước sẽ làm ngập lụt cả cái hội trường đang hoan hỉ ấy. Anh hiểu rằng anh bất bình thường. Anh cần được chữa trị để trở nên bình thường như mọi người. Ở đây cần nhất điều đó: làm một người như mọi người.

Cuối cùng ông bác sĩ cũng tạo ra được một loại vắc-xin riêng cho cái cơ thể kỳ cục và bất trị của anh. Ông nói: "hy vọng tôi đã hiểu anh". Ông vui, niềm vui rất thật.

Ông tiêm cho anh mấy mũi. Mũi đầu tiên vào tháng 2. Ba tháng sau, ông tiêm mũi thứ hai. Sáu tháng sau ông tiêm mũi thứ ba. Chín tháng sau ông tiêm mũi thứ tư. Cứ đến mỗi lần hẹn, ông làm lại tất cả các xét nghiệm và các phân tích để điều chỉnh vắc- xin. Nhưng mỗi lần kiểm tra định kỳ ông lắc đầu hoài. Ông nản vì các biện pháp đều vô hiệu đối với anh. Ông buồn vì không cứu nổi anh. Ông nhìn anh như muốn nói: cứ như thế này anh sẽ chết mất. Ít ra, cái nhìn của ông cũng không giả dối như mọi thứ xung quanh anh.

Ông hỏi, rất thành thực: "anh có thể thành công, anh có nhiều điều kiện để thành công, sao lại chọn sự hủy hoại như thế này?". Anh hỏi lại ông, cũng rất thành thực: "Ông có nghĩ rằng cái chết đang gọi tôi?". Ông buồn bã, không một chút màu mè: "Tôi cố hết sức rồi. Dù vậy, tôi vẫn tiếp tục thử nữa, tôi muốn giúp anh. Nhưng tôi cảm nhận là anh từ chối, cơ thể anh từ chối sự giúp đỡ của tôi. Sao vậy nhỉ? Tôi đâu phải người xấu, tôi đâu có động cơ xấu. Tôi chỉ muốn giúp anh thôi. Sao anh từ chối? Các tế bào của anh thay đổi liên tục, vắc-xin của tôi không thích ứng được, cứ như thể chúng biết trước tôi sẽ đưa cái gì vào. Anh có thực sự muốn tôi giúp không?" Anh nói, cứ như thể không biết trả lời thế nào cho phải: "Cảm ơn ông!".

Anh thường xuyên có cảm giác anh ở đây mà không phải ở đây. Có lẽ do anh muốn ở bên em quá mà quên mất không gian thực tại của mình. Anh chẳng muốn dùng cái cụm từ mà thiên hạ đã dùng cho mòn nhẵn ấy, nhưng vẫn phải dùng, và anh có thể nói ngược lại rằng cụm từ ấy giống như ngọc, càng mài càng sáng: anh nhớ em. Anh nhớ những tế bào thành thật của em, thành thật rung lên mỗi lần tay anh chạm đến, khiến anh ngỡ như tay anh đang chơi đàn trên cơ thể em. Anh nhớ mắt em, nhìn vào chúng anh tìm thấy cảm giác tin cậy và biết mình được tin cậy.

Một hôm bác sĩ gọi anh đến. Ông đã làm một trăm năm mươi xét nghiệm và thử nghiệm để chế ngự việc tế bào của anh biến đổi. Ông có vẻ hớn hở như một đứa trẻ và chỉ cho anh xem cái quy luật biến đổi đã được sơ đồ hóa thành một bản vẽ chi tiết. Anh nhìn không hiểu gì, nhưng vì lịch sự cũng ráng ngồi nghe chăm chú. Giảng xong mọi thứ có trên giấy, ông nói: "Bây giờ chắc chắn phải được". Anh để cho ông tiêm ba mũi ở ba vị trí khác nhau trên cơ thể. Sau khi tiêm xong, ông tiếp tục giải thích:

"Bây giờ anh phải kết hợp với cả rèn luyện về tâm lý nữa mới được. Anh cần tuyệt đối không để mình bị tổn thương trước bất kỳ điều gì. Người ta muốn làm gì, muốn nói gì, muốn đối xử như thế nào, muốn ra các quyết định, chính sách gì, anh cũng mặc kệ. Thần kinh của anh phải luôn vững vàng, không được để bị tác động bởi những cảm xúc tiêu cực và yếu đuối. Khi bị người ta sỉ nhục, anh cần tự nhủ rằng người ta đang nói về ai khác chứ không phải về chính anh, anh biết mình không phải như thế là được. Bằng cách đó anh sẽ không cảm thấy bị sỉ nhục. Khi người ta nói dối, anh phải cố tìm cho bằng được một cái gì là sự thật trong lời nói dối ấy, anh sẽ cảm thấy rằng đó không phải nói dối nữa. Hoặc cũng có một cách khác, nếu người ta nói dối, anh chỉ cần nghĩ: "mày nói dối mặc mày, tao không thèm nghe, không thèm chấp, tao im lặng khinh bỉ mày, tao khinh bỉ mà mày không biết". Ý nghĩ này sẽ giúp anh cảm thấy dễ chịu. Ý nghĩ này sẽ giúp anh cảm thấy anh cao quý hơn kẻ nói dối ngàn lần, kể cả khi lời nói dối đó tác oai tác quái gây hậu quả trầm trọng, anh cũng cảm thấy mãn nguyện, bởi kẻ nói dối ấy kém cỏi đến mức bị anh khinh mà không biết. Im lặng là tuyệt đỉnh của sự khinh bỉ. Chỉ cần anh im lặng. Tôi nghĩ im lặng là giải pháp tuyệt vời mà anh cần lúc này. Xung quanh người ta có thể lừa lọc, giết chóc, tàn sát lẫn nhau, mặc, nếu giữ im lặng anh có thể được yên ổn. Im lặng đến tận trong nội tâm anh ấy, anh hiểu không? Anh phải biết cách chế ngự tiếng nói của lương tâm, đừng để nó lên tiếng. Đừng để lương tâm lên tiếng trước bản thân anh, anh hiểu không? Tôi đặt giả thiết: tế bào của anh biến đổi, không chấp nhận virus giả dối, vì lương tâm anh chi phối chúng. Về mặt tâm lý anh phải chế ngự được lương tâm, thì về mặt thực thể, virus giả dối mới có thể thâm nhập được vào tế bào. Đây là một kỹ thuật khác nữa nhé. Khi người ta đối xử bất công với anh, hãy nhớ tới những người khác còn phải chịu những bất công ghê gớm hơn anh, xã hội đầy những cảnh bất công, tìm không khó, anh sẽ tự thấy mình còn may mắn chán, chẳng nên phàn nàn kêu ca làm gì. Còn kỹ thuật này nữa: anh phải luôn nâng cao cảnh giác, cảnh giác cao độ. Không được tin ai hết. Khi anh không tin, sự giả dối sẽ không gây tổn thương cho anh được. Cái này tôi phải nghiên cứu ghê lắm mới tìm ra được à nghen. Nhiều tài liệu đã chỉ ra, cùng với sự tin cậy, cùng với việc xây dựng lòng tin mà người ta có thể sống với nhau một cách trung thực. Điều kiện để thích nghi với giả dối là phải hủy hoại lòng tin, anh thấy kết luận này của tôi có đáng giá không? Bước đầu tạm thời một số kỹ thuật trị liệu như thế. Cần nhất đừng để bị tổn thương, đừng để mình rơi vào trạng thái phẫn nộ. Anh cố gắng phối hợp tâm lý và vắc- xin mới có thể chữa bệnh hiệu quả được.".

Nói xong, ông đưa cho anh bản photo sơ đồ biến đổi tế bào của anh và bản photo các kỹ thuật chữa trị tâm lý. Anh bắt đầu thực hiện liệu pháp này từ hôm qua, trước khi nghỉ tết. Chúng ta chờ xem hiệu quả của nó như thế nào. Nếu tiến triển tốt ông ấy sẽ tiêm vắc- xin và trị liệu đợt hai cho anh. Thực ra ông đang tiếp tục nghiên cứu để tìm nốt các biện pháp chữa trị về thực thể và tâm lý cho trường hợp của anh, chứ ông cũng chưa có tất cả các liệu pháp cần thiết. Em ạ, không hiểu sao anh lại có cái hình dung quái đản này: nếu anh vượt qua đợt đầu, tiếp tục trị liệu đợt hai, anh sẽ trở thành một kẻ dối trá hoàn hảo, và tiềm tàng để tiến tới làm một kẻ siêu lừa đảo. Chắc đây không phải là điều ông bác sĩ muốn khi tìm cách chữa trị cho anh. Có lẽ ông ấy chỉ muốn anh làm một người bình thường, một người như mọi người.

Anh đã dùng liệu pháp được một ngày, nhưng chưa thấy kết quả rõ rệt. Anh đọc báo vẫn còn phẫn nộ. Anh vẫn còn tin em, vẫn còn bị tổn thương. Kỳ quặc là anh cảm thấy dễ chịu với vết thương do em gây ra. Kỳ quặc là bây giờ anh lại muốn em cứ tiếp tục làm tổn thương anh.

Anh gửi em vài dòng trước khi mọi việc trở nên quá muộn, trước khi những con chíp trong não anh bị chập, không dung hợp được các loại điện mà chúng tích tụ, không dung hợp được các hình ảnh, các từ ngữ và lời nói mà chúng thu nhận, trước khi đầu anh biến dạng như trong tranh Bacon, hay biến mất, chỉ còn một khoảng trống như trong tranh Nguyễn Thái Tuấn.

Năm cũ đang qua đi, năm mới sắp đến. Những cái cũ vẫn cứ mới, mới từ năm này qua năm khác.

26/12/2012 (âm lịch)

2.

Gửi anh,

Em có thể hiểu những gì anh đang phải trải qua. Một vài kỳ nghỉ cùng với anh ở đó cũng giúp em cảm nhận một số điều.

Thư của anh hơi ướt át, mà em thì, anh biết đấy, ướt át là cái gì không nằm trong văn phong của em.

Đôi khi em tự hỏi tại sao anh không muốn qua đây với em. Em không thể sống với anh ở đó. Em không đủ năng lượng để chống chọi lại tất cả những gì anh đang phải chống chọi.

Anh còn nhớ có lần mình cùng nhau đọc cuốn "Đôi mắt nhìn xuống" của Tahar Ben Jelloun trên bãi biển Vũng Thuyền? Đang đọc em mỏi mắt nhìn sang một nhóm người ngồi nhậu cách chúng ta không quá xa. Khi mắt em vô tình gặp đôi mắt của một người đàn ông, có lẽ ông ta nhìn em được một lúc khá lâu rồi, mắt ông ấy cụp xuống rất nhanh. Em cảm thấy buồn cười. Một đôi mắt nhìn xuống. Trong truyện của Tahar Ben Jelloun đôi mắt nhìn xuống dĩ nhiên là của người phụ nữ.

Sau đó, em ngạc nhiên phát hiện ra rằng đàn ông ở xứ anh phần lớn đều có cặp mắt nhìn xuống. Ngay cả lúc nói chuyện với người đối diện, mắt họ cũng thường nhìn xuống, và ngay cả khi họ nhìn vào mắt em, em cũng thấy rằng đó là một ánh nhìn xuống. Nó không có sự thẳng thắn, nó không có khả năng đương đầu, đối diện. Con ngươi nhìn thẳng, nhưng ánh nhìn lại hướng xuống dưới. Thật phức tạp, nhưng đấy là điều em cảm thấy. Cứ như thể họ biết rằng người ta không tin vào lời nói của họ, và người ta sẽ tìm sự xác nhận trong mắt họ, họ phải giấu ánh nhìn đi để người ta không thể tìm thấy sự xác nhận đó.

Điều này có lẽ liên quan đến cái quan niệm phổ biến trong xã hội của anh. Người ta có thể làm mọi điều tệ hại, miễn là, hoặc là làm sao cho người khác đừng biết đến. Người ta có thể đồi bại, nhưng một khi người khác chưa biết đến sự đồi bại đó thì họ vẫn đáng trọng như thường. Không phải chỉ là đáng trọng trong mắt người khác, mà đáng trọng trong mắt chính họ. Những đôi mắt nhìn xuống ấy. Cái chuyện ám ảnh phong bì của anh đó. Em biết vì sao anh bị ám ảnh. Anh từng kể với em, anh đã chứng kiến những vị giáo sư đức cao vọng trọng điềm nhiên bỏ phong bì vào túi một cách hào hoa phong nhã như thế nào. Thậm chí còn trừng phạt sinh viên của mình nếu sinh viên đó không biết đến cái thao tác phong bì. Anh còn bị một giáo sư trách móc rằng anh đã xúc phạm đồng nghiệp khi trả lại phong bì cho học sinh. Thì đấy, nếu vị giáo sư đó bị lôi lên báo vì chuyện phong bì hẳn ông ta không dám quở trách anh, nhưng mọi chuyện diễn ra trong bóng tối (ý em là không ai biết) nên ông thấy đạo đức của ông vẫn ngời ngời lắm. Và ông lại lên báo để khuyên nhủ thiên hạ phải sống có đạo đức, ông lại lên lớp để giảng cho sinh viên thế nào là đạo đức. Vậy đó, em muốn nói rằng, cái mà em nhìn thấy, đúng như anh nói, sự giả dối được che đậy dưới một lớp vỏ rất dày. Lớp vỏ này còn tác dụng chừng nào chưa bị cái nhìn của người khác soi vào. Hoặc giả, đúng hơn, chưa bị phơi bày ra trước công luận. Bị nhìn thấy cũng được, nhưng đừng bị phơi ra trước công luận. Anh ráng đọc cái văn phong lạnh lùng của em, em vốn vậy, khó mà viết khác được.

Em không biết nên vui hay buồn khi bác sĩ chữa lành bệnh cho anh. Em không rõ em có đúng không khi nhìn cuộc chữa trị này của anh giống như một cuộc mặc cả. Mặc cả với chính con người anh. Tệ hơn, em thấy anh đang đánh mất mình. Anh có thể cho rằng em lẩm cẩm như một thiếu phụ ở độ tuổi hồi xuân, lỡ cỡ và khó tính và ưa cằn nhằn. Cũng có thể anh sẽ cảm thấy bị tổn thương. Mà có phải tổn thương là điều anh đang muốn?

Đàn ông xứ anh nhiều người lưng còng. Lưng còng ngay cả khi họ còn rất trẻ. Có cảm tưởng họ khó khăn khi đi lại, họ phải hết sức cẩn thận nếu không sẽ bị vấp ngã, con đường thăng tiến không cho phép họ vấp ngã, họ phải còng lưng, còng càng sớm càng tốt.

Em có dịp tiếp xúc với vài chức sắc có địa vị trong xã hội. Những người đó quả hết sức cẩn thận, mọi thứ: ngôn ngữ, cử chỉ, bước đi, dáng điệu... Mắt họ càng nhìn xuống tợn. Chữ "tợn" này do một cậu nhóc dạy cho em. Cậu ấy bảo em: "Chị táo tợn, còn gã kia kìa, đeo cà vạt bóc- đô ấy, chị thấy không, gã ấy láo tợn. Và cái bác ngồi một cục tròn vìn góc phố, bác ấy béo tợn. Nói chung chị có thể ghép tợn vào bất cứ thứ gì chị muốn".

Suy nghĩ tiếp về những gì anh viết trong thư, em thấy rằng ở xứ anh, người ta sẽ lần lượt đi trên một chu trình, có sự chuyển hóa từ giai đoạn này qua giai đoạn kia, nhưng là một chu trình khép kín: bị lừa dối – tự lừa dối – lừa dối người khác. Trong đó sẽ có một pha lúc người ta tự nguyện bị lừa. Nhìn chung cái pha tự nguyện bị lừa dối này là một trạng thái triền miên. Cho đến lúc nào họ không còn cảm thấy mình bị lừa nữa. Em nghĩ, để cho bộ máy xã hội có thể vận hành như hiện nay, cần nhất là mọi người tham gia trong đó phải tự nguyện bị lừa.

Không, không hẳn em muốn nói như vậy. Có lẽ đúng hơn phải thế này:

Lúc đầu người ta bị lừa dối. Người ta có thể biết hoặc không biết mình bị lừa. Giống như trong câu chuyện của anh, đứa trẻ được cung cấp một giấc mơ dối trá, hay buộc phải mơ cái giấc mơ dối trá đó, lúc ấy nó không biết nó bị lừa.

Nhưng rồi đến lúc người ta biết mình bị lừa. Chẳng hạn như lời hứa hẹn về thiên đường xã hội chủ nghĩa. Người ta sống mãi mà chẳng thấy thiên đường đâu. Người ta học mười năm, thậm chí hai mươi năm để nhận một đồng lương chết đói của thời kỳ quá độ lên thiên đường. Trong khi những kẻ chẳng học hành gì, bỏ ra một ít tiền mua các loại bằng tại chức thì lại lên sếp và có đủ mọi vật chất của thiên đường trên mặt đất. Lúc đó dĩ nhiên người ta biết rằng đã bị lừa, nhưng rồi sao? Chẳng sao, sau một hồi đắn đo, người ta tình nguyện tiếp tục để bị lừa. Dù sao bên cạnh đồng lương chết đói người ta vẫn có thể xoay xở để tồn tại, mà đôi khi, sự xoay xở được thực hiện trên các chiêu lừa. Đối với những người nắm quyền lực, chẳng có gì tuyệt hơn tình thế đó. Tình thế là tất cả nhân viên chấp thuận bị lừa, để cho ông ta toàn quyền quyết định mọi thứ. Chỉ cần có chút chức vụ thôi đã có thể có... siêu thu nhập. Kẻ có quyền khoái chí trước sự im lặng của nhân viên, có lẽ ngang với việc nhân viên tự khoái chí về sự im lặng của mình, như ông bác sĩ của anh phân tích. Nếu nhân viên im lặng khinh bỉ lãnh đạo, và lãnh đạo có biết cũng bất cần: mày cứ khinh bỉ đi, nhưng im lặng là được, im lặng để tao hưởng mọi thứ. Sự im lặng của mày cho phép tao có tất cả, mày khinh bỉ thế chứ khinh bỉ nữa tao cũng cóc cần, tao chỉ cần mày im lặng.

Một trò chơi thỏa thuận: sếp hưởng mọi thứ quyền lợi nhờ sự phục tùng của nhân viên, nhân viên tự thỏa mãn sự kiêu hãnh tưởng tượng của mình nhờ sự khinh bỉ thể hiện trong im lặng, bằng im lặng. Nhân viên im lặng mà vẫn cảm nhận đầy đủ quyền lực khinh bỉ của mình, còn gì bằng! Còn kẻ nắm quyền lại cảm nhận sự im lặng đó như thái độ phục tùng, thái độ chịu khuất phục trước quyền lực của mình. Chẳng phải cả hai bên đều cảm thấy rất tuyệt ư!

Em thấy vậy đó, ở chỗ này, bị lừa, để bị lừa, trộn lẫn vào nhau thành thứ cháo sệt của sự tự lừa dối. Nhưng em chỉ dựa vào các biểu hiện bề ngoài, em không thể hiểu một cách sâu sắc như anh về sự tự lừa dối này. Anh sẽ viết cho em vào một lúc nào đó nhé. Lúc mà cái đầu của anh còn chưa biến mất ấy.

Em nhớ có lần anh than van về chuyện phụ nữ xứ anh. Chúng ta đọc lại câu chuyện về cuộc chiến tranh thành Troie kéo dài trong mười năm. Một cuộc chiến mười năm chỉ vì một người phụ nữ. Phụ nữ là danh dự của đàn ông. Pouchkine chẳng phải đã chết vì một người phụ nữ ư? Còn đàn ông xứ anh, trong khi bao nhiêu phụ nữ phải đi làm nô lệ tình dục xứ người, vẫn có thể hoan hỉ nơi bàn nhậu. Trong các cuộc nhậu, các ông ca tụng nhau lên tận mây xanh mà phụ nữ không thoát khỏi bị sỉ nhục. Anh uống và nói: "không biết còn thứ gì là danh dự của đàn ông ở đây?"

Rồi anh đọc cho em nghe bài thơ này, em đã chép lại và còn giữ trong sổ tay:

Gió

Gió trên những cánh đồng không chiến tranh vẫn mang mùi thuốc súng

Gió không che nổi thân thể lõa lồ của những người phụ nữ

dùng sự trinh trắng và nỗi hổ thẹn của mình để bảo vệ đất

Gió làm trắng thêm màu khăn trên trán những nữ nông phu

để tang cho đất

Gió phát tán mùi máu của người nông dân không có cách nào

đòi công lý ngoài việc bắn vào những kẻ ăn cướp rồi tự bắn vào chính mình

trả máu mình về với đất

Gió truyền đi nỗi oan ức và cơn thịnh nộ của những người đàn ông

và những người đàn bà chịu cực hình sau song sắt để bảo vệ tình yêu và công lý

Gió thốc nỗi nhục nhã thẳng vào mặt những kẻ đàn ông chỉ biết

cướp và bán, rồi lại bán và cướp

Gió thốc nỗi nhục thẳng vào mặt những kẻ xây nhà trên máu của đồng bào họ

Chúng hân hoan như là gió đang vuốt ve chúng

Chúng nhận làn gió mà không nhận thấy nỗi nhục

Gió tạt một nắm nhục vào những diễn ngôn long lanh

của những người đàn ông thành đạt, những diễn ngôn được đọc

từ diễn đàn này sang diễn đàn khác

Đến lúc nào người ta mới cảm thấy nỗi nhục nhã

đang đè lên toàn bộ đất nước này?

Đến khi nào thì những người thành đạt ở xứ này

cảm nhận được sức nặng của nỗi nhục đó?

Đấy không chỉ là câu chuyện đàn ông hay phụ nữ, dù rằng em viết như thế này có thể khiến anh lầm tưởng em có thành kiến gì với đàn ông xứ anh. Nhưng về căn bản, xã hội nơi anh đang sống vẫn là một xã hội của đàn ông, nơi tính chất gia trưởng vẫn còn là nền tảng của quan hệ gia đình và quan hệ xã hội, nơi phụ nữ vẫn luôn thuộc hàng thứ yếu, vẫn luôn bị coi là một thứ đồ trang sức, cái gì đó thêm vào. Nhưng nam tính thì... thôi em không dám nói đến cái gọi là nam tính của xã hội các anh.

Hôm nay em chỉ viết đến đây thôi, nghĩ tới chuyện của anh em cũng thấy đầu mình muốn nổ tung, huống hồ là anh.

Em không thể làm gì cho anh, em chỉ có thể chờ xem anh sẽ trở thành như thế nào, với các liệu pháp anh đang tiến hành. Rồi một ngày nếu ta gặp lại nhau anh có nhìn em bằng đôi mắt nhìn xuống? Dù thế nào em cũng mong chờ tin anh.

Một ngày như mọi ngày, ở một thời như mọi thời.

NGUYỄN THỊ TỪ HUY

3.

Anh cần viết cho em, để sống. Anh không thấy mình đang sống. Viết cho em để tìm lại cảm giác sống thật sự.

Anh đã đọc thư em, đọc đi đọc lại nhiều lần. Em cứ viết lạnh lùng và thẳng thắn như thế. Chỉ đừng nói dối anh thôi. Anh cần em cứng rắn với anh. Anh cần cách diễn đạt rõ ràng, minh bạch và đầy lý tính kiểu phương tây của em. Anh không giấu em, cơ thể và tinh thần anh đang chảy nhão; cũng như em, anh cảm thấy cái chất sền sệt dưới các chữ của anh.

Cách đây vài ngày anh mơ thấy em, lại mơ thấy em. Một giấc mơ có thật. Có thật và khiêm nhường. Mơ thấy người phụ nữ ta thương nhớ là giấc mơ khiêm nhường nhất trong các giấc mơ. Ở đây, mọi giấc mơ đều khoác chiếc áo quá rộng, quá rộng so với chúng. Mọi giấc mơ đều quá lớn, quá lớn so với một giấc mơ.

Về chuyện phụ nữ, em nói đúng. Đàn ông ở đây không coi phụ nữ là danh dự của mình, còn lâu mới có bình đẳng thực sự. Thiếu gì đàn ông sẵn sàng dâng vợ hay em gái cho sếp hay cho đối tác để làm bàn đạp thăng tiến hoặc thủ lợi. Vợ họ, em họ còn bị đối xử như thế, sá gì việc con em người khác có đi làm nô lệ tình dục ở đâu. Gần đây thôi, một phụ nữ trí thức mỏng manh đã bị một đám đàn ông trí thức đánh tan nát trên hàng đống tờ báo. Đọc những bài đánh cô ấy mặt anh cứ đỏ rực, đỏ rực vì xấu hổ, thằng đàn ông trong anh xấu hổ, hóa ra anh còn biết xấu hổ. Và cô ấy lại bị một đám đàn ông trí thức khác cho thôi việc. Và đa số những đàn ông trí thức còn lại đồng loạt im lặng. Đồng loạt im lặng trước công luận và đồng loạt thì thầm trong những quán cà phê, trong những phòng khách. Anh không phủ định được đấy là những gì giới mày râu bọn anh có thể làm cho phụ nữ. Có lẽ bác sĩ của anh sẽ bảo: anh đừng băn khoăn, phụ nữ họ không cần chúng ta bảo vệ, họ làm họ chịu. Hoặc ông ấy sẽ nói: anh đừng lẩm cẩm nữa, phụ nữ họ còn không bảo vệ lẫn nhau, mất chi mà đàn ông phải dây vào.

Hôm qua, anh uống một mình. Anh quen một quán bar, ông chủ ở đó rất dễ thương. Dễ thương nhất là ông ấy chẳng bao giờ để ý đến anh, không bao giờ muốn hỏi han gì về anh, không bao giờ lưu ý việc anh chỉ đến đó một mình. Anh chọn cái bàn trong góc. Góc đó tối và ồn, chẳng mấy ai thích ngồi, thành ra cái bàn gần như là độc quyền của anh, gần như chỉ dành riêng cho anh.

Hôm qua quán đông một cách bất thường. Anh đã yên vị và đang mơ màng thì một người xuất hiện. Quán hết chỗ, chỉ còn một cái ghế duy nhất, cái đối diện với anh. Người đàn ông ngồi xuống và gọi đồ uống. Anh không có ý định bắt chuyện, anh cũng không thể tỏ ra khó chịu, vì tình thế bắt buộc chứ ông ấy cũng không muốn làm phiền anh. Đột ngột ông ta nói:

- Anh có bệnh, tôi nhìn biết ngay anh đang mang bệnh.

- Vậy sao?

Quá bất ngờ và lập tức bị nhận xét của ông ta thu hút, anh mắc vào cái câu như một con cá đói chỉ nhìn thấy con giun mà không nhìn thấy lưỡi câu, chỉ ngửi thấy mùi vị của con giun chứ không ngửi thấy mùi vị của lưỡi câu. Anh để cho câu chuyện cuốn đi.

- Anh mắc bệnh phán xét con người. Đừng phán xét con người. Hãy yêu thương họ và đừng phán xét họ. Con người sinh ra để được yêu thương chứ không phải để bị phán xét. Kinh thánh nói như vậy.

- Kinh thánh ư? Kinh thánh nói như vậy? Mười điều răn Chúa ban cho Moïse không để con người phán xét lẫn nhau ư? Còn cuộc phán xử cuối cùng thì sao?

- Anh nhầm rồi, phán xét con người là việc của Chúa, không phải việc của con người.

Thế này là sao? Sao mình đi đâu cũng gặp bác sĩ thế này? Anh tự hỏi rồi trả lời ông ta, không ăn nhập gì vào chủ đề câu chuyện:

- Anh có phải là bác sĩ tâm lý không?

- Ồ... ông ta cười khoái chí, hai cái ly trên bàn rung lên lạch cạch. *Tôi làm nghề viết luận văn thuê.*

- Vậy sao?

Anh đã đọc trên báo và biết về những đường dây chạy điểm vào đại học, những lò photocopie luận văn và cả những lò viết luận văn thuê, nhưng đây là lần đầu tiên mục sở thị, diện kiến một người bằng xương bằng thịt làm nghề này. Thì ra những người viết luận văn thuê có thể là như thế này sao? Ông ta cười:

- Anh ngạc nhiên ư? Có gì phải ngạc nhiên. Để sống ai chẳng làm việc gì đó, không làm việc này thì làm việc khác thôi. Đã có cầu phải có cung. Tôi không làm người khác cũng làm, mà người khác làm còn tệ hơn tôi.

- Nó là như thế nào vậy? Nếu ông không ngại.

- Mỗi năm tôi viết năm cái luận văn là đủ sống thoải mái. Tôi đoán nhé, tới đây con đường sự nghiệp của anh sẽ tiêu, anh sẽ không sống được bằng nghề. Anh cứ chờ mà xem. Điều đó hiện rõ ở chân mày của anh. Tôi có biết một ít hình tướng. Còn tôi, anh thấy đấy, tôi sống được bằng nghề của mình đấy chứ. Tôi lại còn nhân đạo ở chỗ đã giúp cho cả thầy lẫn trò hoàn thành xuất sắc nhiệm vụ, thầy hoàn thành xuất sắc nhiệm vụ đào tạo, trò xuất sắc trong học tập. Phải nói là tôi đã ghé cái vai còm này để chống đỡ cho nền giáo dục nước nhà. Sự nghiệp của tôi chưa vĩ đại sao?

- Ông hành nghề bao nhiêu năm rồi?

- *Hai mươi năm. Sau một thời gian, mọi thứ đã thành công nghệ rồi, tôi làm nhẹ nhàng lắm. Lịch sử vấn đề, ba chương chính của luận văn, kết luận. Chừng đó thôi. Lịch sử vấn đề chỉ có chừng đó tư liệu, tôi nắm thuộc lòng rồi. Ba chương thì... về cơ bản cấu trúc các luận văn đều giống nhau. Chỉ sau một vài năm ngòi bút của tôi thành ra giống như bút tiên, vẩy vài nhát là xong. Các thầy cũng thích những mô hình quen thuộc, quen thuộc tức là đã được kiểm định, đã qua thử thách và được thông qua. Còn những mô hình mới chưa có tiền lệ, đáng ngại lắm, không nên thử làm gì, có khi còn bị khép vào cái tội "không đúng hướng", "lạc đường". Kết luận chỉ có mấy ý ấy thôi: tổng kết vấn đề, mở rộng và nâng cao, đề xuất một số hướng nghiên cứu tiếp theo. Dễ ợt. Với cả, kết luận phải nói đúng chủ trương đường lối, môn lịch sử mà. Mà chủ trương đường lối thì có thể đọc ở khắp nơi, không bao giờ có thể nhầm hay sai gì được. Vậy là yên tâm. Anh xuống thư viện của cái trường đại học nằm gần bờ sông ấy mà xem, anh sẽ kinh ngạc về số lượng các luận văn do tôi viết.*

- *Tổng cộng ông viết bao nhiêu?*

- *Anh cứ nhân lên khắc biết. Tôi nói làm gì. Nhưng bây giờ tôi không làm nữa, tôi nghỉ hưu rồi.*

- *Nghề viết luận văn thuê cũng có nghỉ hưu!* Anh cười, anh ngạc nhiên nhận thấy mình cười. Hình như lâu lắm rồi anh không cười.

- *Thật ra tôi còn hơn chán vạn những kẻ khác làm nghề đó. Tôi chẳng bao giờ chặt chém. Tôi làm cẩn thận, trình bày đẹp, không có lỗi đánh máy, các yêu cầu về hình thức đều đảm bảo, các yêu cầu về nội dung cũng đảm bảo. Trong khi làm tôi còn hẹn học viên đến để trao đổi giải thích cho họ, như thế họ cũng học được một cái gì. Có thể vì thế mà quan chức không bao giờ thuê tôi. Họ đâu có thời gian và cũng không có điên mà đi gặp người viết thuê cho họ. Họ chỉ tiền trao cháo múc, họ cần cái luận văn, bao giờ xong đưa họ, chứ họ đâu cần học cái gì. Và họ thuê thông qua trung gian chứ chẳng bao giờ xuất hiện trực tiếp. Sinh viên hay người học tại chức thì thực ra nhiều người cũng muốn học được thêm cái gì đó. Tôi cũng có một chút uy tín trong nghề này, chứ không phải là không, cho nên càng về sau người ta tìm đến tôi càng đông. Nhưng đến lúc tôi không bị cơm áo thúc bách nữa. Con cái trưởng thành hết rồi.*

- Ông có viết luận văn cho con ông không?

- Anh đùa à? Con tôi chúng nó đâu học cái ngành bạc bẽo này.

- Xem ra có bạc bẽo đâu. Hơn đứt cái nghề giảng viên của tôi đấy chứ. Anh lại cười, ông ấy làm anh muốn cười. Cũng dễ chịu.

- Ừ thì, tôi nghĩ mình đóng góp cho giáo dục thế đủ rồi. Tôi biết lúc này đây, anh đang phán xét tôi. Nhưng anh xem, một ông bố trong gia đình, để con ra phải nuôi con. Xã hội có nhu cầu, tôi đáp ứng. Pháp luật không ngăn cấm, nhà trường khuyến khích thì tôi làm. Mà công việc của tôi cũng góp phần giải quyết bao nhiêu vấn đề. Trước tiên giải quyết sinh kế cho gia đình tôi. Chúng tôi cũng là người, chúng tôi cũng phải được sống, và phải sống đàng hoàng

chứ. Rồi thêm trường học phải có thành tích. Chẳng nhẽ tuyển sinh viên vào, tuyển cao học vào, cho con người ta đỗ vào học mà lại không cho con người ta ra trường, không cấp bằng cho con người ta? Mà không như thế báo cáo hàng năm lấy gì mà viết, cần có con số đào tạo bao nhiêu sinh viên, bao nhiêu thạc sĩ, bao nhiêu tiến sĩ. Không thì mất thi đua, Bộ cắt mất các loại đầu tư và tiền thưởng. Mà các thầy sức đâu mà viết hộ cho bao nhiêu sinh viên như thế. Thế nên nghề viết luận văn thuê ra đời. Nó có cái lý của nó. Miễn là anh tìm được một cái lý, lương tâm anh sẽ biết cách tự giải quyết. Anh hãy nhìn những khía cạnh tích cực của vấn đề, không thì không sống nổi đâu. Cái gì cũng có mặt trái và mặt phải. Nếu chỉ nhìn mặt trái anh sẽ mắc bệnh phán xét. Mà phán xét của anh chẳng dẫn đến đâu. Khi mọi người đều nhìn ở mặt phải họ sẽ thấy sự phán xét của anh là lố bịch. Họ thấy mọi việc đều tốt đẹp và ổn, chẳng có gì đáng lo, việc gì anh phải hoảng lên như thế. Anh chỉ lo bò trắng răng thôi.

- Lo bò trắng răng. Thế còn chất lượng giáo dục?

- Không phải tôi không biết điều đó. Về chuyện này, anh nên nghĩ theo cách này mới được, anh sẽ thấy ổn: Nếu tôi không làm, chất lượng luận văn của sinh viên sẽ kém lắm, kém lắm í, anh không hình dung được đâu. Họ viết câu còn chưa ra câu. Nhưng chất lượng luận văn có kém đến mức nào cũng phải cho sinh viên đỗ để họ ra trường, phải cho họ điểm cao nữa cơ. Thế đấy. Vốn dĩ điểm ấy đâu phải của họ, cũng là điểm thầy cho thôi mà. Giữa việc một luận văn kém được nhận điểm cao, và một luận văn tương đối tốt nhưng do tôi viết ra được nhận điểm cao, cái gì hợp lý hơn? Dĩ nhiên, cho một luận văn tốt điểm cao sẽ hợp lý hơn

là cho một luận văn kém điểm cao. Cho một luận văn tốt điểm cao là thực chất, còn cho một luận văn kém điểm cao là không thực chất. Nền giáo dục này hướng tới thực chất, khẩu hiệu chăng khắp nơi, ai chẳng đọc được. Tôi góp phần tạo nên thực chất cho nền giáo dục. Công việc của tôi cao quý như vậy, còn chê trách gì nữa. Đấy, cái lý cho sự tồn tại của những người như tôi là như vậy đấy. Mục đích cuối cùng là để có một sản phẩm tốt, còn ai làm ra mà chẳng được, có quan trọng gì đâu. Hơn nữa, học viên còn cho tôi biết, có những thầy, nếu viết xong mà để thầy phải sửa, tổng cộng các lần sửa họ còn phải trả cao hơn số tiền họ trả để tôi viết toàn bộ. Còn nếu ra bảo vệ rồi mà bị hội đồng yêu cầu phải sửa lại nhiều thì mới kinh, con số mà sinh viên phải chi trả anh không thể tưởng tượng được.

- Ông mất bao nhiêu thời gian để tìm ra những lí lẽ đó?

- Dễ ợt à. Đâu có mất nhiều thời gian. Cách nghĩ thông thường. Ai chẳng nghĩ như thế. Nhưng đến lúc tôi thấy nên dừng. Tôi không làm nữa. Vẫn có nhiều sinh viên đến tìm tôi. Thay vì viết thuê lấy tiền, tôi hướng dẫn cho họ cách làm như thế nào. Việc xào xáo các ý tưởng cũ để tạo ra ý tưởng mới cũng không phải quá khó. Đôi khi chỉ cần thêm vào một vài từ, hay đảo lộn trật tự câu, thế là có ngay một đề tài mới. Thực ra sinh viên không cần làm hộ. Để nghĩ ra cái mới thực sự phải có phương pháp mới, tài liệu mới, chứ nếu chỉ xào xáo thôi thì sinh viên họ làm tốt hơn mấy ông già như tôi rất nhiều.

- Ông kể những chuyện ở đâu, chứ ở đây dù sao cũng đâu đến nỗi.

- Anh cứ như trên trời rơi xuống. Có lẽ anh không làm thế nên anh không hình dung được. Nhưng tôi nói thật, giả sử anh biết có đồng nghiệp làm thế, thì sao? Thì anh cũng sẽ im lặng chứ sao. Phải không nào? Anh cùng làm việc với họ, anh đâu có thể xúc phạm họ được? Anh im lặng, và học trò cứ thế trả tiền. Rồi anh nghĩ sao, anh sẽ nghĩ: chúng nó dốt phải trả tiền là đúng rồi. Đứa nào giỏi đã tự viết lấy luận văn. Đúng quá còn gì nữa. Tôi lao động, hay giáo viên hướng dẫn lao động, tức viết hộ, phải trả tiền cho chúng tôi chứ sao. Có cái gì sai ở đây đâu nào? Còn bằng của nhà nước cấp, cũng có gì sai đâu, luận văn xứng đáng được cấp bằng mà. Anh thấy chưa, mọi cái đều đúng. Bây giờ anh biết tôi rồi, tôi kể chuyện cho anh nghe rồi, anh có đi tố cáo tôi không? Chúng ta chẳng phải đồng nghiệp gì, mà tôi vẫn chắc là anh sẽ không đi tố cáo. Mà tố cáo cũng chẳng sao, chẳng bao giờ anh tìm thấy bằng chứng gì. Một lão già say kể chuyện trong lúc say, ai tin anh? Với lại, có tin anh người ta cũng sẽ chẳng làm gì sất. Khui chuyện ra, đâu phải chỉ mình tôi bị ảnh hưởng, uy tín của Khoa, của Trường, của cả Bộ, bị ảnh hưởng tuốt. Chẳng ai nhấc chân động tay gì hết, và anh sẽ trở thành kẻ vu khống. Anh cứ thử tố cáo mà xem, người ta sẽ đồng lòng bảo vệ tôi và lên án anh. Tôi thề đấy.

Lúc nói đến đó ông ấy có vẻ say thật, nhưng mắt ông hơi giễu cợt:

- Bạn ơi, tham nhũng là chuyện lớn người ta còn không giải quyết, huống hồ mấy chuyện nhỏ như chuyện của chúng tôi. Hơn nữa, chúng tôi có lao động, chứ người ta còn chẳng làm gì. Họ ăn nhiều chứ chúng tôi ăn bao nhiêu. Có đáng gì đâu mà phải bày đặt phán xét chúng tôi. Chúng

tôi cũng chẳng rỗi hơi mà tự phán xét mình. Cùng lắm chúng tôi chỉ mua vài cái nhà, cho con cái du học, chứ tài sản của những người tham nhũng cỡ bự con cháu họ phải tiêu mấy chục đời không hết. Có phán xét cũng chẳng ích gì. Vui lên đi! Bạn cứ như thế làm sao mà vui được!

Cuối cùng anh trả tiền rượu cho ông ấy, hậu tạ ông về bài học miễn phí, về phương thuốc chữa bệnh miễn phí mà ông đã hào phóng cho anh. Thực ra vài ly rượu mà gọi là hậu tạ cũng hơi quá, em nhỉ!

Chỉ có một điều anh hơi băn khoăn, tại sao mới gặp lần đầu mà ông ấy lại bắt đúng bệnh anh như thế. Anh tự hỏi không biết ông có bạn bè gì của ông bác sĩ không.

Em biết sao không? Anh thấy rõ ông ấy thương hại anh, như một người khỏe mạnh thương hại một người mắc bệnh. Anh cũng biết mình trở thành chủ đề cho những cuộc đàm tiếu khắp trong giới của anh, trở thành một món nhắm trên các bàn nhậu. Chỉ có điều họ thương hại nên không để lọt đến tai anh. Họ thương hại anh, như những người khỏe mạnh thương hại một người bị bệnh.

Anh vẫn đang tiếp tục trị liệu. Hình như có một vài chuyển biến. Khi anh đọc tin trên báo tường thuật về chuyện một người đàn ông bị kết án tù về tội trốn thuế, anh có cảm giác gần như chấp nhận một cách bình thường những dòng tin đó. Anh để cho mình tin rằng người kia đáng phải vào tù vì trốn thuế. Rồi anh khựng lại, với một thao tác quen thuộc, anh tự hỏi mình: trước khi trị liệu mình sẽ đọc mẩu tin này như thế nào? Anh ráng nhớ lại phản ứng trước đây. Có lẽ anh sẽ băn khoăn và tiếp tục tìm thông tin ở những địa chỉ cấm để xác nhận xem vụ này xử như vậy có đúng người đúng tội không. Và anh tìm kiếm trên mạng, lúc đó mới biết rằng có cả một làn sóng phẫn nộ trước vụ việc này. Bao nhiêu người đã thắp nến cầu nguyện cho công lý được thực thi, nhưng công lý vẫn chẳng thấy đâu. Rồi anh chợt nhận thấy có cái gì đã biến đổi trong anh. Làn sóng phẫn nộ ấy dường như không tác động tới anh. Anh tự nhủ: dù sao mình cũng chẳng làm được gì, mình chẳng thể nào làm được gì, chẳng ai làm được gì, dù sao người kia vẫn bị kết tội. Rồi anh đặt cái câu hỏi này, cái câu hỏi mà trước kia anh chưa hề đặt ra: "việc đó có liên quan gì đến mình đâu?" Câu hỏi này làm anh nhói buốt tận tâm can. Anh không hiểu sao lại thế. Em đứng ngoài, có thể em nhìn thấy anh rõ hơn , hãy nói cho anh xem, vì sao? Anh không hiểu vì sao câu hỏi đó lại làm đầu dây thần kinh anh tê liệt.

Anh gọi điện cho bác sĩ. Ông ấy trấn an anh. Ông nói rằng, khi anh uống kháng sinh nếu vào giai đoạn đầu bệnh nặng lên thì có nghĩa kháng sinh có tác dụng. Trị liệu này cũng thế, nếu anh thấy khủng hoảng hơn, chứng tỏ nó hữu ích. Anh cứ từ từ mà tuân theo phác đồ, thực hiện đúng các kỹ thuật. Ông còn bảo anh phải tăng cường gặp gỡ mọi người, trò chuyện trao đổi. Anh cần cảm nhận sự quý mến của người khác. Ông nói: "được yêu quý là điều hết sức quan trọng". Ông giải thích cho anh khoảng mười lăm phút trong điện thoại về tác dụng của tình cảm yêu mến. Anh làm gì thì làm, không được mọi người quý mến là coi như vứt đi. Sự yêu mến của sếp là số một, rồi đến lòng yêu mến của đồng nghiệp. Anh cần gia nhập vào các cuộc vui của họ, tìm thấy tiếng nói chung với họ, gác lại sự phán xét của anh sang một bên. Để có thể yêu mến, cần gác lại sự phán xét. Để được yêu mến, cũng cần vứt bỏ sự phán xét.

Anh phải tiếp tục công việc, có lẽ anh sẽ tìm thấy sự thăng bằng trong công việc, trong quan hệ với tha nhân. Tha nhân, từ này nghe thật hay. Anh tạm dừng ở đây, anh không muốn viết cho em khi mà sự tỉnh táo dường như đang biến mất.

Gửi em giấc mơ của anh.

Ngày thứ bảy của đợt trị liệu đầu tiên

4.

Gửi anh,

Em sẽ không nói dối anh. Nếu có thể anh nên dừng trị liệu. Chúng ta đều biết nó sẽ dẫn anh tới đâu. Tới chỗ "được chữa lành bệnh".

Em tự hỏi mình câu này: "Anh có thực sự mong muốn điều đó không? Có thực sự muốn được chữa bệnh như anh nói không?".

Hình như anh hiểu nhầm ý em về chuyện phụ nữ, đàn ông. Em không nghĩ phụ nữ cần được bảo vệ hay che chở hay thương hại. Anh còn cho rằng họ cần được đàn ông bảo vệ thì họ vẫn còn chưa có sự bình đẳng. Em không nghĩ họ cần được đàn ông bảo vệ, mà họ cần được pháp luật bảo vệ như những cá thể bình đẳng với đàn ông, họ cần được xã hội cho những cơ hội ngang bằng với đàn ông, họ cần được đánh giá trên năng lực thực sự của họ. Nếu họ yếu kém hơn đàn ông, họ phải chấp nhận sự yếu kém đó. Trên bình diện xã hội, họ cần được nhìn nhận như những cá thể, có quyền và trách nhiệm của mình.

Người phụ nữ mà anh nhắc đến, không phải chỉ là cô ấy không được đàn ông bảo vệ, cô ấy bị cả một thể chế vùi dập, bị cả một cơ cấu tinh thần xã hội tẩy chay. Thực ra, nếu cô ấy đáng bị phê phán (phê phán chứ không phải "đánh" nhé; cứ nhất thiết phải là "đánh" ư, các anh thích đánh nhau đến thế ư, đánh nhau và nồi da xáo thịt từ bao nhiêu năm nay rồi vẫn còn chưa đủ ư!!!) thì cứ phê phán và để cho cô ấy đàng hoàng đáp lại, nếu thua cô ấy phải chịu, và trong trường hợp đó nếu cô ấy thua thì không phải là một phụ nữ thua, mà là một cá nhân thua trước các cá nhân khác. Đằng này cả một hội đồng đàn ông đem cái thòng lọng chính trị siết vào cổ cô ấy, không cho bất kỳ tiếng nói phản đối nào được xuất hiện trên những tờ báo đã kéo dây thòng lọng. Báo chí chính thống hỗ trợ nhiệt thành để cho công cuộc siết cái dây thòng lọng khổng lồ quanh cái cổ mong manh của một phụ nữ được diễn ra sao cho hoành tráng nhất. Trường đại học kết thúc màn siết cổ đó bằng cách cho cô ấy thôi việc, thực hiện đúng cái công đoạn mà Einstein đã nói trong bài "Những biện pháp của tòa án dị giáo tân thời": "tiến hành đàn áp tự do học thuật và truy đuổi tất cả những ai dám kháng cự ra khỏi vị trí công việc của họ, nghĩa là để họ chết đói". Anh đỏ mặt ư? Anh hài lòng vì cảm thấy hơn người khác ở chỗ còn biết đỏ mặt ư? Anh không biết làm gì khác hơn ngoài đỏ mặt sao?

Xứ anh có những vấn đề trầm trọng, chỉ có điều các anh có muốn nhìn, có dám nhìn thẳng vào chúng hay không mà thôi.

Chúng ta đều nhìn thấy mặt trời chuyển động hàng ngày, buổi sáng nó mọc lên ở đằng đông và buổi chiều lặn xuống ở đằng tây. Nhưng chúng ta đều biết rằng sự chuyển động của mặt trời chỉ là ảo giác, rằng mặt trời không quay mà chính trái đất quay mới tạo ra ảo giác này. Chỉ những đứa trẻ chưa đến trường mới không biết điều đó. Vậy mà anh đang trách em sao không chịu nhìn vào thực tế là mặt trời vẫn quay hàng ngày đấy thôi.

Bác sĩ của anh chắc phải nói rất hay về lòng yêu mến. Em làm sao địch nổi với ông ấy. Em chỉ có thể nhắc anh rằng, nếu áp dụng bài học của ông ấy, nếu một vị sếp như Hitler nhận được sự yêu mến của toàn thể cấp dưới của mình thì chắc chủ nghĩa phát xít vẫn còn tồn tại và phát triển mạnh mẽ đến ngày nay, thế giới sẽ tràn ngập những trại tập trung và mồ chôn tập thể. May mắn thay, nhiều cấp dưới đã không yêu mến một vị sếp như hắn. Anh có dám chắc là anh cần yêu mến và cần được yêu mến bởi sếp và đồng nghiệp một cách vô điều kiện không, bất kể họ là người như thế nào, bất kể họ hành xử ra sao?

Em không biết, anh hình dung xem, nếu đồng nghiệp của anh vô đạo đức, gạ tình lấy điểm hay gạ tiền lấy điểm, làm cho sinh viên có bầu rồi bức bách để cô ấy phải tự tử cùng đứa bé trong bụng, để được một đồng nghiệp như thế yêu mến thì anh phải làm sao? Có thể làm gì khác hơn ngoài ba thái độ này, em xếp theo thứ tự trên xuống: ca tụng hành vi đó, ủng hộ hành vi đó, im lặng chấp thuận, không bình luận, không đánh giá, theo phương châm: "con người sinh ra để được yêu thương chứ không phải để bị phán xét". Muốn có được ba thái độ đó anh phải tìm được cái lý cho nó. Đúng như ông bác sĩ tâm lý kiêm viết luận văn thuê đã khuyên anh: chỉ cần anh tìm được một cái lý để thông cảm, còn lại lương tâm của anh sẽ biết cách giải quyết như thế nào. Cần nhất là phải được người khác thông cảm, dù làm bậy bạ kiểu gì mà được người khác thông cảm là yên chuyện hết. Muốn được thông cảm lại phải biết thông cảm, biết quý mến người khác vô điều kiện. Yêu mến và thông cảm, hai thứ đó đi với nhau như xà lách và dầu trộn vậy.

Anh làm thế nào để có thể yêu quý một đồng nghiệp vô đạo đức? Phải gạt đạo đức sang một bên, phải tìm cho được một cái lý tốt, một cái lý đẹp, đúng không? Thực sự em rất khó tìm được cái lý tốt đẹp cho những kẻ như thế. Nhưng để em thử xem sao. Đối với một đồng nghiệp gạ tình lấy điểm, anh sẽ nghĩ: đó là một tay rất giỏi trong việc chinh phục phụ nữ, chinh phục các cô gái trẻ, phải có bản lĩnh đàn ông lắm, phải có sức hấp dẫn lắm mới làm được như vậy! Anh thấy sao, nghe cũng không đến nỗi tệ, phải không? Còn có cái lý nào nữa không? À, thì như vậy có sao đâu, cả hai bên cùng có lợi mà, với cả, có ai mất gì đâu. Vậy đấy có phải là một cái lý đẹp không? Lúc đó không những anh không còn cảm thấy đau khổ vì phải làm đồng nghiệp với một kẻ như thế, anh còn có thể làm thơ ca tụng ông ta nữa, phải vậy không? Còn lỡ nếu có hậu quả xấu như vụ tự tử thì anh sẽ chép miệng: đời là thế, tránh sao khỏi những chuyện thương tâm.

Anh làm ơn giải thích điều này: theo miêu tả của bác sĩ, có vẻ như trong xã hội của anh, mọi người đều yêu mến nhau, nhân viên yêu mến sếp, đồng nghiệp yêu quý nhau, và suy rộng ra, nhân dân yêu lãnh tụ, công dân yêu nhà nước, học sinh yêu quý thầy cô... Nhưng tại sao đọc báo hầu như chỉ thấy tin cướp, giết, hiếp, bạo lực học đường, giáo dục xuống cấp, văn hóa suy đồi, tham nhũng, lừa đảo, bắt bớ, đàn áp, bỏ tù...? Em không thể hình dung một xã hội như thế lại là kết quả của tình yêu mến.

Hình như bước đầu tiên mà ông bác sĩ đang thực hiện với anh là tạo ra một sự lẫn lộn kinh khủng. Ông làm đảo lộn các giá trị và chuẩn mực của anh, đưa anh vào một trạng thái mù mờ, mất khả năng phân định. Anh đang tiến lên trong khi tự bịt mắt mình đó. Em đoán giải băng mà ông trao cho anh sẽ càng ngày càng một dày hơn và đen hơn. Anh gọi đó là chữa bệnh.

Em nhớ, nếu em không nhầm, anh cho rằng quá trình chữa trị này là không thể tránh khỏi. Rằng anh cần đến nó, bởi anh cần tìm lại bản thân mình. Anh nói anh đã đánh mất mình trong mấy năm rời xa đất nước. Đến đây em hơi buồn vì trong mấy năm đó anh đã ở gần em, chúng mình đã ở bên nhau, và anh đã có vẻ rất hạnh phúc. Phải, nếu em không nhớ nhầm thì anh đã nói: tìm thấy em anh tìm lại được chính mình. Rồi khi trở về anh lại muốn chối bỏ cái mình đã tìm thấy ấy. Buồn hơn, anh nghĩ rằng đó không phải là anh.

Nói em nghe xem: vậy đâu mới là con người thật của anh? Con người của những đêm mùa hè rực cháy trên bãi biển, con người có ánh mắt còn thiêu đốt hơn cả mặt trời, em đã cháy và vẫn thấy chưa cháy hết, vẫn còn cần được thiêu đốt bởi những ánh nhìn rực lửa ấy? Con người của những buổi chiều mùa thu thong dong giữa rừng bạt ngàn những sắc vàng đủ loại, êm ái hơn tất cả mọi thảm lá dày nhất rải trên những con đường thu thơ mộng? Con người đã viết những bài kêu gọi cải cách và phát triển? Hay con người đang bắt đầu xây danh tiếng trên sự im bặt của ngòi bút và sự tắt ngấm của các ý tưởng tiến bộ? Con người đang tìm cách du nhập vào cái xã hội mà chính anh từng chỉ trích trước đây? Con người đang học cách để trở thành bình thường, để trở thành một người như mọi người? Đâu là cái mình đích thực của anh? Đâu là cái mình đã mất, đâu là cái mình anh cần tìm lại?

Anh từ biệt em, nói rằng đất nước cần anh trở lại, rằng anh có thể làm nhiều điều cho mọi người ở đó, rằng anh có thứ gì đó để mang về, một món quà có ý nghĩa cho quê hương anh. Anh không thấy hạnh phúc trọn vẹn khi phải xa quê hương. Dĩ nhiên, với các lý do ấy, làm sao em dám giữ anh ở lại. Em đã yêu cái đất nước xa xôi chưa một lần đặt chân đến. Em không thể không yêu đất nước ấy, bởi em cảm nhận nó qua cơ thể anh, qua hình hài anh, qua tinh thần anh, qua làn da, ánh mắt của anh. Đôi khi em còn có cảm giác anh đưa nó vào trong em. Bằng những chuyển động mạnh mẽ và hơi thở gấp gáp, anh đã đưa đất nước của anh vào trong em, mà cả anh và em đều không biết. Em chưa từng gặp người đàn ông nào nói về đất nước mình nhiều như thế, đau khổ vì nó như thế, và muốn làm gì đó cho nó như thế. Em đã bị chinh phục bởi cái mình ấy của anh, cái bản thể ấy của anh, một cái mình gắn bó sâu nặng với quê cha đất tổ. Đó là một điều đặc biệt đối với một người sống trong một xứ sở thấm đẫm tinh thần cosmopolite như em. Xung quanh em mọi người sẵn sàng đi theo tiếng gọi của những miền đất mới, của những chân trời mới và những khám phá mới. Họ đều nghĩ như Goethe: nơi nào tôi có ích nơi đó chính là tổ quốc của tôi. Còn anh, tiếng gọi trong anh luôn luôn là nó, là cố hương của anh. Em nghe trong hai chữ "cố hương" một giai điệu thật da diết, dĩ nhiên, chính anh đã phân tích cho em hiểu tính chất da diết đó. Anh là một cái gì rất lạ đối với em. Em đã yêu cái mình ấy của anh, không dám giữ anh ở lại. Em đã nghĩ: để anh trở về thì em có thể mãi mãi yêu anh. Anh trở lại, để rồi một lần nữa đi tìm kiếm bản thân mình bằng những đợt trị liệu như vậy sao?

Hôm nay chỉ thế thôi, em không viết tiếp được nữa. Anh biết đó là gì không? Em hình dung cái nhìn nhợt nhạt và thiếu lửa của anh, cái nhìn ấy làm đau em hơn mọi thứ trên đời này.

5.

Gửi em,

Hôm trước, một đồng nghiệp đi qua khi anh đang đọc mail của em. Máy tính của anh có màn hình rộng và anh để ở chế độ chữ cỡ lớn cho dễ đọc, tình cờ đồng nghiệp ấy đọc được đoạn em nói về đàn ông và các vấn đề của xứ anh. Anh ấy phá ra cười và nói:

- Xin lỗi, tôi không cố tình nhưng màn hình của anh đập vào mắt tôi. Bạn anh rõ thật dở hơi mà đi phán xét chúng tôi. Mọi việc của chúng tôi đều đang rất ổn, cô ấy cứ thích bé xé ra to. Một cọng rơm bén lửa mà cô cứ làm như là cháy nhà đến nơi. Cô không hiểu cung cách của người phương đông chúng tôi. Chúng tôi chẳng sợ gì. Cô có hiểu "nhục mà không nhục" có nghĩa là gì không? Cô cứ tưởng

chúng tôi đang bị láng giềng o ép, chúng tôi mất biển đảo, biên giới, tài nguyên khoáng sản về tay họ thì chúng tôi nhục ư? Chúng nó là nước lớn mà đi bắt nạt nước nhỏ chúng nó mới nhục, chứ chúng tôi thì nhục gì! Cô tưởng rằng đàn ông chúng tôi đánh phụ nữ hay nhìn phụ nữ bị đánh không làm gì là chúng tôi nhục ư? Chẳng qua chúng tôi chỉ chờ xem sự việc nó đi đến đâu thôi, để cho bộ mặt thật của những thằng kia nó bộc lộ ra thôi. Mà mọi thứ ở chỗ chúng tôi đều có đảng và nhà nước lo rồi, đảng và nhà nước không nhục, chúng tôi việc gì phải cảm thấy nhục? Cô chỉ nhìn thấy bề mặt sự việc, không nhìn thấy cái gì ẩn sau đó. Anh bảo cô ấy cứ lo chuyện nhà cô đi đã, nhà cô cũng đầy vấn đề kia kìa.

Càng về cuối anh ấy càng cao giọng lên, anh phải tìm cách hạ hỏa:

- *Đây chỉ là chuyện giữa hai chúng tôi. Đâu có liên quan gì đến anh.*

Anh ta bỏ đi, ra đến cửa, dịu giọng xuống bảo anh:

- *Ta về ta tắm ao ta thôi anh ạ. Cha ông đã nói rồi, dù trong dù đục ao nhà vẫn hơn.*

Anh ấy xuôi vai, phẩy tay, thành thật thông cảm với những rắc rối mà những kẻ có bạn gái người nước ngoài như anh gặp phải.

Anh đã đến khám theo lịch của bác sĩ, đúng hẹn. Anh ghi lại đây gần như chính xác cuộc trao đổi của ông ấy với anh. Ông có vẻ hài lòng thấy anh có tiến triển. Ông nói:

- Anh đừng phàn nàn mãi chuyện phong bì nữa. Người ta sẽ khó chịu, rồi bực mình mà đâm ra ghét anh đấy. Nhận phong bì không phải tham nhũng, không phải vi phạm đạo đức. Đó là vấn đề tình cảm. Anh hiểu không. Người trao dùng nó để biểu lộ tình cảm của mình, người nhận không thể từ chối, bởi điều đó đồng nghĩa với việc từ chối tình cảm của người kia. Phong bì càng nhiều, tình cảm càng sâu nặng. Tình cảm thời hiện đại có thể được lượng hóa như thế đấy. Anh hiểu không. Do đó thầy cô có thể đánh giá được tình cảm của phụ huynh và học sinh dành cho mình ở mức nào. Sếp có thể lượng giá được tình cảm nhân viên dành cho mình ở mức nào.

- Một vật dùng để lượng giá tình cảm ư?

- Phong bì là một vật kết nối đẹp đẽ. Anh không nên ghét nó, anh không nên chối bỏ nó, cũng đừng quên sử dụng nó. Nếu anh không dùng đến phong bì người ta sẽ không biết anh có tình cảm với người ta hay không. Các nhà văn hóa học xứ này đã gọi đó là văn hóa phong bì. Chẳng có cái gì xấu mà lại được gọi là văn hóa cả. Xấu đã bị gọi là hủ tục. Đã là văn hóa thì phải đẹp, chữ "văn" đó, anh thấy không. Phong bì được coi một nét đẹp của văn hóa hiện đại của chúng ta. Chỉ có những người bệnh mới bị ám ảnh rằng đó là một vấn nạn cần loại bỏ. Anh đang bệnh nặng lắm. Anh hiểu chưa. Nhưng anh cũng cẩn thận, nhiều người hô hào chống tham nhũng thế thôi, chứ trong thực tế vẫn coi phong bì là nét văn hóa không thể thiếu, vừa đẹp vừa hữu ích.

- Vậy sao?

- *Anh cứ hỏi các vị giáo sư về văn hóa học hiện nay mà xem, các ông ấy mà không nhận phong bì thì tôi đi đầu xuống đất. Các ông ấy nhận, vì xem nó là một nét văn hóa. Nó cũng giống như việc điều 4 được coi là một nét đẹp trong hiến pháp hiện đại. Hiến pháp của chúng ta hiện nay là một hiện pháp hiện đại, nếu so với các hiến pháp cổ điển như hiến pháp Mỹ hay hiến pháp Cộng hòa Pháp. Điều này không phải tôi nói à nha. Điều này được viết bởi một chuyên gia về luật hiến pháp giảng dạy tại Đại học Luật Quốc gia, một trong những người tham gia soạn thảo hiến pháp của nước ta. Ông ấy gọi hiến pháp của chúng ta và hiến pháp của Liên Xô cũ, cái thời chưa tan rã ấy, là hiến pháp hiện đại. Bài viết của ông ấy được lưu truyền khắp nơi, ai cũng đọc được. Đã là hiến pháp hiện đại thì phải hơn hiến pháp cổ điển. Hiện đại bao giờ chả hơn cổ điển. Cho nên hiến pháp hiện đại của chúng ta hơn đứt các loại hiến pháp cổ điển của bọn Pháp, Mỹ. Hàm ý của ông ấy như vậy chẳng phải quá rõ ư?*

- *Tôi thấy thật khó có thể nghĩ như vậy.*

- *Hình như tôi hơi dài dòng, nhưng để anh thấy cái gì cũng có lý của nó, nhiều lý nữa là đằng khác. Chỉ cần tìm ra cái lý thích hợp lương tâm anh sẽ được yên ổn. Quan trọng không phải sự việc như thế nào, quan trọng là lương tâm anh được yên ổn. Sự việc thì nó như thế, anh làm gì được nó? Vậy chỉ còn là làm sao để anh có thể sống với nó mà vẫn cảm thấy thoải mái. Cần tìm những cái lý khiến cho anh thấy thoải mái. Hơn thế, cũng phải biết cách tận dụng hoàn cảnh để làm lợi cho bản thân. Làm lợi cho bản thân chẳng có gì sai đâu. Anh ra hiệu sách sẽ thấy nhan nhản sách dạy cách làm lợi cho bản thân. Phải biết yêu mình, phải biết quý trọng bản thân mình thì mới biết yêu và quý trọng người khác. Thực ra tôi không nói với anh điều gì xấu đâu, tôi chỉ toàn nói với anh những điều tử tế đấy chứ. Tôi cũng nhận thấy là anh càng ngày càng tin tôi hơn. Bây giờ anh tin tôi hơn trước đây rất nhiều.*

- Có lẽ vậy.

- Anh cũng phải nghĩ rằng con người ai cũng có mặt tốt và mặt xấu. Không ai xấu hoàn toàn, cũng không ai tốt hoàn toàn. Vậy phải tìm mặt tốt của người ta mà chơi, mình chỉ chơi với mặt tốt ấy thôi, thì mình cũng tốt, mình đừng chơi với mặt xấu của họ thì mình không xấu. Sếp anh có tham nhũng ở đâu anh không biết, có liên kết lừa đảo ở đâu anh không biết, không biết nên không khẳng định được, không nói gì được. Nhưng nếu ông ấy tốt với anh, giải quyết công việc cho anh nhanh chóng, cho anh tham gia các đề tài, mời anh đi nhậu… , anh phải biết thừa nhận lòng tốt của ông ấy. Thực ra sếp ít khi tỏ lòng tốt với nhân viên trước, trừ những sếp thực sự khôn ngoan. Tốt nhất, anh cứ bày tỏ lòng tốt của anh, sự thiện chí của anh trước. Sau đó anh sẽ nhận lại một cách xứng đáng.

- Vậy đó là một sự trao đổi?

- Trao đổi về tình cảm, tốt chứ sao. Đó là yêu mến lẫn nhau. Thiếu sự yêu mến lẫn nhau này xã hội không vận hành được. Anh đừng nhìn việc mua quan bán chức là mua quan bán chức. Anh phải nhìn đó như một sự trao đổi tình cảm. Ai bộc lộ tình cảm dồi dào hơn, mãnh liệt hơn, người đó được tin tưởng hơn, được giao cho vị trí lãnh đạo. Cái sự dồi dào, mãnh liệt của tình cảm, như tôi đã nói, cần phải

được lượng hóa bằng phong bì. Nhưng bây giờ người ta đang lượng hóa nó bằng va li, thời buổi trượt giá như thế này, phong bì không đủ nữa, phải dùng đến vali mới chứa hết nguồn tình cảm dồi dào.

- Thật sao?

- Thật chứ. Mà thời của vali cũng sắp hết đất rồi, bây giờ đã có dấu hiệu về thời của villa. Có tình cảm nồng nàn với nhau, phải tặng nhau nhà, căn hộ, biệt thực. Ừ, tôi nghĩ đấy đang là thước đo tình cảm lớn nhất hiện nay.

- Thật sao?

- Tuy nhiên cũng phải liệu cơm gắp mắm, không phải ai cũng có biệt thự để tặng. Vả chăng hai bên đều hiểu tình thế của nhau. Người nhận cũng lượng giá được khả năng tài chính của người trao để không đòi hỏi quá đáng, và để hiểu tấm lòng của người trao. Cái sự thấu hiểu này rất chi quan trọng. Không có sự thấu hiểu này, các mối quan hệ sẽ không thiết lập được. Các chuyên gia tâm lý đã nói nhiều, tôi không nhắc lại nữa. Phương pháp tiếp cận, à không, phương pháp bày tỏ tình cảm nhiều khi khiến người ta phải đi cửa sau, qua con đường của các phu nhân. Các phu nhân có đủ khả năng để lượng giá tình cảm, đủ khả năng biết được tình cảm của ai chân thành tới mức nào, sâu sắc tới mức nào. Phụ nữ mà. Chuyên gia của trái tim. Họ có thể cân đo đong đếm xem tim ai nặng hơn tim ai nhẹ hơn. Họ có biệt tài nhìn xuyên qua áo sơ mi để biết tim ai to tim ai nhỏ nữa đấy.

- *Như vậy tình cảm thay thế cho năng lực thực hiện công việc.*

- *Một người có tình cảm mới có năng lực thực hiện công việc, không có tình cảm thì vứt đi. Anh cố mà hiểu tầm quan trọng của tình cảm đối với một dân tộc có truyền thống duy tình như dân tộc ta. Anh sẽ cảm thấy ấm áp nếu nhìn mọi thứ từ góc độ tình cảm. Đồng tiền nó lạnh lắm, phải phà hơi tình cảm cho nó ấm lên. Anh hiểu chứ.*

- *Thế còn các dân tộc khác thì sao?*

- *Cái gì cơ?*

- *À, ý tôi là người nước khác có bộc lộ tình cảm với chúng ta bằng cách này không?*

- *Tôi nghĩ thể nào cũng có những trường hợp tương đồng. Người bạn láng giềng vĩ đại của chúng ta còn có truyền thống tình cảm kiểu này sâu đậm hơn nhiều. Cứ nhìn mức độ bang giao thắm thiết tình hữu nghị hiện nay, sự thâm nhập sâu rộng về văn hóa và mối quan hệ chặt chẽ giữa hai nền kinh tế, con số nhập siêu khổng lồ của chúng ta, cũng có thể tưởng tượng mức độ gắn bó về tình cảm giữa các lãnh đạo. Hơn nữa, tình cảm mênh mông đó còn được chính thức hóa bằng cái khẩu hiệu đã trở nên nổi tiếng đến mức không một người dân nào còn không biết rằng đã là vàng thì phải tốt, đã là vàng thì phải đi với tốt. Ngạn ngữ ta có câu: lạt mềm buộc chặt, anh biết rồi đấy. Tình cảm còn mềm hơn lạt rất nhiều, đã bị buộc vào rồi gỡ ra không được.*

- *Sao không đòi tăng lương mà lại phải giải quyết thu nhập bằng phong bì?*

- *Lương là vấn đề vĩ mô, chỉ có nhà nước mới giải quyết được, nhà nước không giải quyết thì chịu. Mà sao anh lại hỏi vậy? Đầu óc anh đang ở đâu đâu, hình như từ nãy giờ anh không nghe tôi nói. Lương có ăn nhập gì vào câu chuyện tình cảm này. Tình cảm không phải là thu nhập. Người ta có thể sống thiếu lương, nhưng không thể sống thiếu tình cảm.*

- *Nếu tôi không thể hiểu được, không thể chấp nhận được tất cả những gì ông vừa nói, thì sao?*

- *Vậy hãy cố mà tìm cách để vẫn có thể yêu mến và được yêu mến. Để tồn tại và nhất là để thành công anh phải được mọi người yêu mến, và muốn sống thanh thản anh phải yêu mến mọi người. Toàn bộ bí quyết đấy. Anh có thể khác họ, nhưng anh cũng nên để cho họ khác anh. Đúng rồi, tôi tìm ra rồi, đó là QUYỀN ĐƯỢC KHÁC.*

- *Cái gì?*

- *Tham nhũng không phải vấn đề pháp luật gì đâu, nó chỉ là một cách hành xử khác mà thôi, phải chấp nhận sự khác biệt trong lối sống và trong hành xử như vậy. Gạ tình lấy điểm hay gạ tiền lấy điểm, hay mua bán bằng dỏm, hay mua quan bán chức, hay gì gì nữa trong giáo dục cũng chẳng phải là vấn đề đạo đức gì đâu, nó chỉ là những quan điểm khác nhau thôi. Anh coi nhận phong bì là vi phạm đạo đức nghề nghiệp, họ coi đó là chuyện bày tỏ tình cảm. Các quan điểm khác nhau thôi. Một giáo viên nhận phong bì cũng đáng trọng như là giáo viên không nhận phong bì. Thậm chí, đối với học sinh sinh viên thì loại giáo viên thứ nhất còn có thể được xem là giáo viên tốt, vì sau khi nhận phong bì, dĩ nhiên, họ sẽ cho điểm cao hơn, và họ sẽ không để cho học sinh sinh viên bị trượt. Học sinh sinh viên xem đó là lòng tốt và sẽ biết ơn họ. Còn giáo viên không nhận phong bì, cho điểm chính xác có khi lại bị xem là "ác", bị sinh viên ghét không chừng. Vậy đó. Trong một xã hội đa nguyên như thế này, cần học cách chấp nhận và dung hòa các quan điểm khác nhau, để có thể yêu quý lẫn nhau.*

- Quyền được khác ư?

- Phải. Anh không chấp nhận sự khác biệt của họ thì có khác gì một kẻ độc tài, phải vậy không? Nếu cách của họ không đúng với quan điểm của anh, đừng làm giống họ, nhưng anh phải tôn trọng họ, đúng vậy không? Ngược lại, họ sẽ không làm giống anh, nhưng vẫn tôn trọng anh, anh thấy chưa?

- Vẫn có thể tôn trọng được trong những trường hợp như vậy ư?

- Được chứ! Anh có đọc Dostoievski không, có đọc cuốn "Anh em nhà Karamazov" không?

- Có, sao cơ?

- Anh còn nhớ nhân vật Aliosa chứ?

- Dĩ nhiên.

NGUYỄN THỊ TỪ HUY

- Anh xem đấy, Aliosa, chàng trai trong trắng đó không hề phán xét ai cả, không hề quy kết bất kỳ ai, kể cả ông bố đồi trụy lẫn ông anh Dmit'ri rượu chè phóng đãng. Aliosa đâu có nhân danh đạo đức để phán xét người khác. Anh ấy chấp nhận mọi hình thái tồn tại, chấp nhận mọi người, mọi vật như vốn thế. Aliosa hiểu rằng ai cũng có quyền được khác. Aliosa hiểu rằng tội lỗi là thứ con người không thể tránh được. Chàng ấy đau khổ, vậy thôi. Đau khổ và không phán xét. Đấy là căn bản của thái độ đa nguyên. Anh đồng ý không?

- Nhưng ông đang tìm cách để làm cho tôi không còn cảm thấy đau khổ.

- Suy cho cùng, anh có đau khổ cũng không giải quyết được vấn đề. Đau khổ dành cho mẫu người thế kỷ XIX như Aliosa. Còn chúng ta là những con người của thế kỷ XXI, anh nhớ chứ. Mục đích của tồn tại là phải đạt tới trạng thái "bien être". Anh biết khái niệm này rõ hơn tôi. Phải sống một cách thoải mái, dễ chịu, vui hưởng cuộc sống. Đời chúng ta ngắn lắm, mà lại chỉ được sống có một lần thôi, bây giờ không hưởng thụ, khi chết nằm xuống đất có mang theo được gì đâu. Xã hội vốn dĩ đã như thế rồi, chẳng ai làm được gì đâu. Chúng ta cố gắng sung sướng để cho xã hội bớt đi được những người bất hạnh. Nếu không giúp được người khác bớt bất hạnh, ít nhất chúng ta cũng tự làm cho mình hạnh phúc. Anh thử so sánh hai viễn cảnh này: một xã hội tất cả đều nghèo đói và khốn khổ, và một xã hội đa số nghèo đói và khốn khổ nhưng vẫn có một số ít sung sướng hạnh phúc. Giữa hai xã hội đó nên lựa chọn cái nào. Dĩ nhiên, có được một số ít sung sướng vẫn hơn là không có ai cả. Anh đồng ý không? Anh hãy giải thoát mình

khỏi những cơn sầu muộn, hãy bắt nhịp cùng sự may mắn của một số ít. Để được như thế phải hòa đồng với mọi người, và được mọi người chấp nhận.

- Ông nghĩ rằng...

- Để giúp anh nên tôi mới phải suy nghĩ nhiều thế chứ, nếu không tôi đâu có nghĩ ngợi gì. Tôi là một người bình thường, tôi nhìn mọi thứ bình thường, chẳng cần tìm lý do để biện minh. Có gì mà phải biện minh. Còn cần phải biện minh thì còn chưa vui được đâu bạn ơi. Hãy quẳng gánh lo đi mà vui sống.

Anh rời phòng khám với cảm giác đầu óc nhẹ nhàng hơn, được khai quang hơn, thoáng đãng hơn.

Cách đây một thế kỷ, một người nông dân trong văn học nước anh đã chọn cái chết vì không có cách nào hòa nhập với cộng đồng. Người đó để lại một đứa con rơi. Có lẽ anh chính là hậu duệ của đứa con hoang đó, một thế kỷ sau lặp lại y chang bi kịch của dòng họ mình: đồng nhất giá trị của mình với sự thừa nhận của người khác. Đúng hơn, phải nói rằng, sự thừa nhận của người khác làm nên giá trị của mình. Đến mức giá trị thực không còn một chút ý nghĩa nào, nó trở nên mong manh và bị thu nhỏ, thu nhỏ mãi cho đến khi biến mất hẳn. Đến mức quên mất rằng lẽ ra cái giá trị thực ấy mới là điều quan trọng chứ không phải là thứ mà người đời gán cho mình. Than ôi, nhưng chẳng ai sống được nếu thiếu người đời. Chẳng làm được việc gì nếu thiếu đồng loại. Luẩn quẩn là luẩn quẩn ơi. Anh không phủ nhận được rằng anh cần được sống giữa mọi người, cần được mọi người chấp nhận và thừa nhận.

Con người yếu đuối lắm, em đừng phán xét anh chi cho tội nghiệp.

Ngày đầu tiên của đợt trị liệu thứ hai

6.

Gửi anh,

Em sắp mất anh thật rồi. Còn có thể nói gì với anh đây?

Chủ nhật vừa rồi em đi dạo trên con đường chúng ta vẫn thường đi mỗi khi anh ghé qua đây. Hoa mận vẫn trắng nguyên màu trắng ấy như hồi ta bên nhau, màu trắng dường như mặc định để không bao giờ thay đổi. Lúc đi bên cạnh anh em không thể nào ngờ được lại sẽ có một ngày như hôm nay, em viết thư cho anh để nói những chuyện như thế này.

Hôm qua em đọc được trên internet đoạn này, của một blogger vô danh, hình như anh ấy cũng là giáo viên:

Đừng sợ làm họ đau. Không đau làm sao họ có thể thức tỉnh? Những lời ve vuốt đường mật chỉ khiến họ chìm sâu hơn vào giấc ngủ. Và nếu tất cả chúng ta cứ chìm mãi trong giấc ngủ mụ mị thì nhắm mắt cũng nhìn thấy các hậu quả. Chẳng phải mọi vấn nạn hiện nay đều là hậu quả của giấc ngủ mê mệt của tất cả chúng ta hay sao?

Đừng sợ làm họ đau. Dù rằng khi đau họ cũng sẽ tìm cách làm ta đau. Nhưng việc họ làm ta đau có thấm gì, chẳng phải ta đã đau một hay nhiều nỗi đau còn lớn hơn thế sao? Chẳng phải ta buộc phải làm họ đau vì chính ta đã đau cả nỗi đau của họ sao? Chẳng phải chính ta đang cảm nhận nỗi đau chung của tất cả chúng ta sao?

Đừng sợ làm họ đau. Dù rằng khi đau họ sẽ trừng phạt ta, bằng đủ mọi cách. Khi trừng phạt ta, có thể một vài trong số họ cũng cảm thấy đau. Nếu không tất cả chúng ta đã chết từ lâu rồi. Đừng sợ đau, nếu không ta sẽ không thể nào tỉnh dậy được.

Anh ấy viết trên blog như vậy. Trong khi đồng nghiệp của anh muốn mọi người thức tỉnh, anh lại bắt đầu chìm vào giấc ngủ thế kia. Có vẻ anh sẽ ngủ rất sâu và rất lâu. Rồi trong giấc ngủ anh lại sẽ mơ đúng những giấc mơ mà chỉ một thời gian ngắn trước đây anh từng phủ nhận. Nhưng đó có thể sẽ chẳng còn là những giấc mơ trong lúc ngủ, mà sẽ là những ảo mộng trong đời sống tỉnh thức.

Em còn đọc thấy trên facebook một entry khác của một bạn trẻ, nhìn avatar thấy bạn ấy còn rất trẻ. Một cô gái có khuôn mặt bầu, da rám nắng. Em chép lại đây, anh đang càng ngày càng xa dần cái thế giới vốn trước đây là của anh:

Những vị giáo sư đi với bụt mặc áo cà sa đi với ma mặc áo giấy sản xuất ra hàng đống sách mà đố tìm thấy dòng nào trong đó chuyển tải một cái gì là của riêng họ. Theo dòng tăng lương, tăng chức vụ và danh vị, họ đều đều sản xuất ra những bài báo, những giáo trình xào đi xào lại mớ chữ cũ rích, rách nát hình hài và xác xơ chất liệu, cằn cỗi nội dung, áp đặt tinh thần nô lệ lên những đầu óc non trẻ của sinh viên. Nếu họ còn một chút xấu hổ hẳn họ đã ngừng viết từ lâu. Nhưng liêm sỉ thì teo dần teo dần cùng với trí não, và dạ dày thì càng phình to phình to cũng với hỗn hợp sệt trộn lẫn sợ hãi và lòng tham, tham sống, tham vật chất, tham tình, tham quyền lực, tham danh vọng.

Em có linh cảm buồn rồi đây anh sẽ thuộc về tầng lớp những vị giáo sư như vậy đó.

Ông bác sĩ của anh... Ông ấy nhân danh việc tôn trọng sự khác biệt để chấp nhận mọi thứ xấu xa tồi tệ xung quanh, để khỏi phải nhìn thấy mình cũng tham gia vào cái công cuộc đốn mạt làm cho con người trở nên hèn hạ, để khỏi phải thấy chính sự hèn hạ của mình. Ông ấy dẫn trường hợp Aliosa, mà ông ấy cho là người không bao giờ phán xét ai, như một vật đảm bảo, để khỏi phải phán xét những người xung quanh và khỏi phải phán xét chính mình. Ông ấy quên hay cố tình quên mất chính Aliosa đã đòi giết, đòi kẻ giết người phải chết, đã sẵn sàng vi phạm pháp luật để cứu người vô tội, ông ấy cố tình quên rằng Aliosa đã phán xét bằng chính hành động của mình.

Aliosa, chàng trai có trái tim trong trắng và tâm hồn thánh thiện ấy, đã đòi bắn. Anh không nhớ sao? Anh có cuốn "Anh em nhà Karamazov" ở trên giá, em biết rõ mà, lẽ ra anh phải kiểm tra trước khi tin một cách vô điều kiện vào ông bác sĩ của anh. Anh còn nhớ đoạn đối thoại giữa hai anh em Ivan và Aliosa không? Em không thể nào quên đoạn văn ấy, lúc Ivan đòi Aliosa phải cho biết thái độ của mình trước một sự việc. Ivan kể câu chuyện về đứa bé làm què chân một con chó của một vị tướng cao ngạo và khinh người. Ông ta đã bắt lột truồng nó trong một buổi chiều rét mướt, xua nó chạy và cho đàn chó săn đuổi theo, cắn xé nó tan xác trước mắt người mẹ tội nghiệp. Viên tướng đó chỉ bị giám hộ mà thôi. Ivan đã hỏi dồn Aliosa: *"Chứ... còn biết bắt ông ta đền tội thế nào nữa? Xử bắn ư? Để thỏa mãn tình cảm đạo đức, phải xử bắn ư? Nói đi, Alisosa!"* Và Aliosa trả lời không một chút đắn đo: *"- Bắn! Aliosa khẽ thốt lên, môi tái nhợt méo xệch đi trong một nụ cười, ngước mắt nhìn anh."*

Aliosa đã phán xét như vậy đó. Không chỉ phán xét, còn đòi xử tử. Đối với Aliosa, một kẻ như thế không đáng được sống. Cũng Aliosa ấy đến cuối truyện đã giúp anh trai mình vượt ngục, dù không chứng minh được, chàng cũng biết rằng anh trai mình không phạm tội, rằng tòa án đã hủy diệt công lý khi kết tội Dmit'ri. Chỉ còn cách vi phạm pháp luật để đòi lại công lý. Aliosa đã không ngại làm việc đó. Đấy không phải phán xét thì là gì?

Ôi Dostoievski vĩ đại, làm sao ông có thể ngờ rằng người ta sẽ dùng thuyết phức điệu của ông để ngụy trang cho sự hèn hạ và tội lỗi. Làm sao ông có thể ngờ rằng người ta sẽ dựa vào ông và nhân vật của ông để biện minh cho tội lỗi và để tìm kiếm sự thanh thản, sự thanh thản mà nhân vật của ông không biết đến. Cứ theo lý thuyết của ông bác sĩ của anh, thì anh sẽ phải yêu quý cả một vị sếp như viên tướng đó, viên tướng đã xua cả đàn chó cắn xé một đứa trẻ bị lột trần truồng, viên tướng mà Aliosa đã đòi xử bắn. Anh sẽ yêu mến viên tướng đó chứ, và sẽ làm cho hắn yêu mến anh chứ? Viên tướng đó giết một đứa trẻ. Còn nhiều đồng nghiệp của anh, dù họ có ý thức được hay không, có thể đã làm băng hoại trí tuệ và tinh thần của nhiều thế hệ.

Anh còn có thể nói cho em biết anh ghét gì không? Hay đã đến lúc anh yêu hết mọi thứ rồi? Đã đến lúc sự giả dối, bất công, tàn bạo không còn làm anh day dứt nữa? Mà có thể anh đã yêu cả những thứ đó chăng? Không những thế, vượt quá giới hạn vô cảm anh sẽ lấn sang một ranh giới khác, ranh giới của những gì đã được Gorki miêu tả: "tất cả những gì mang tính thú vật đều được chính phủ cổ vũ", "tất cả những gì có tính người đều bị truy bức". Em thấy rằng, bằng công cuộc "chữa bệnh" này, anh đang truy bức tất cả những gì thuộc về tính người ở trong anh. Để làm gì vậy, để tránh cho chính phủ khỏi phải truy bức anh nay mai ư?

Có vẻ em trích dẫn người khác hơi nhiều trong thư này. Em chỉ muốn nói rằng anh vẫn có "mọi người" xung quanh, anh vẫn có một cộng đồng xung quanh, dù ít ỏi, chứ đâu phải có một mình. Nhưng anh trên đường từ bỏ cộng đồng thiểu số đó để đến với cái cộng đồng đang là số đông và đang hưởng lợi trên sự ngủ vùi của chính họ, ngủ thật hoặc vờ như đang ngủ, bất chấp việc lợi ích mà họ hưởng thụ ngày hôm nay cũng chính là vực thẳm đen tối sẽ mở ra trong tương lai cho con cháu họ.

Em có linh cảm xấu rằng cái cộng đồng ít ỏi kia, cái cộng đồng đang nỗ lực trong tuyệt vọng để cứu vãn sự lụn bại của đất nước anh sẽ bị cản trở bởi chính những người như cái con người mà anh sắp trở thành. Có thể bạo lực không làm những người đang đấu tranh lùi bước, đàn áp và tù tội không làm họ giảm ý chí, nhưng chính cái cộng đồng mà anh sắp gia nhập lại là trở lực lớn nhất đối với họ, bẻ gãy họ, vô hiệu hóa họ và làm họ tổn thương một cách sâu sắc. Đó chính là điều mà ông bác sĩ đang làm đối với anh hiện nay. Chẳng khó khăn gì để hình dung rằng anh sẽ tiếp tục làm như thế với những người khác trong nay mai. Con người mà anh sắp trở thành đó, con người ấy mới thực sự nguy hiểm đối với dân tộc của anh. Bởi người ta sẽ nhìn thấy rõ những kẻ bán nước, những kẻ tham lam và tàn bạo, nhưng người ta sẽ nhầm lẫn, sẽ bị lừa bởi những kẻ giả dối, những kẻ biết nâng sự lừa đảo lên thành nghệ thuật, những vị giáo sư, những nhà khoa học, những nhà văn, những trí thức, những người làm giáo dục... thuộc loại đi với bụt mặc áo cà sa đi với ma mặc áo giấy.

Mai đây anh sẽ thuộc về số những người đi hàng hai, bởi trí tuệ của anh vẫn buộc anh phải nhìn ra một số thứ bất chấp anh có giả vờ mông muội đến mức độ nào, nên anh sẽ phải vừa đi bên này vừa đi bên kia. Mỗi bước chạng hảng của anh sẽ đè nặng lên đầu người dân xứ anh và khiến họ chìm đắm sâu hơn nữa. Anh sẽ nhận tiền bạc và những cái vuốt ve của chính quyền để viết những diễn ngôn nhừa nhựa, những phát ngôn đúng muôn thuở, nhưng cũng sẽ chẳng có một tác động nào đối với nhận thức, chính là vì chúng không bao giờ sai, và vì chúng luôn ở giới hạn được phép. Chẳng phải anh đã nói trường học nào cũng dán lên tường câu khẩu hiệu: "khiêm tốn, thật thà, dũng cảm", và đó là những đức tính mà nhà trường xứ anh không thể dạy được cho học sinh, chẳng phải như vậy sao?

Rồi đây, anh sẽ viết và diễn thuyết về lòng trung thực và can đảm, trên mọi tờ báo và khắp mọi diễn đàn, nhưng những người đọc anh và nghe anh sẽ chẳng bao giờ học được những đức tính đó, chẳng bao giờ tự hình thành cho mình những đức tính đó. Trái lại họ sẽ học được sự khôn ngoan. Hành động của anh sẽ chứng tỏ anh thừa khôn ngoan và thiếu cả can đảm lẫn trung thực. Đó là điều đã giúp anh thành công. Người học cũng muốn thành công như anh, và họ sẽ học đúng cái thứ mà họ thấy rõ là đã giúp anh thành công: sự khôn ngoan.- Bây giờ em lại ước rằng giá như anh đừng quay trở lại. Nếu anh không trở về ít nhất anh còn cứu được chính mình. Khi anh cứu được chính mình anh sẽ không tàn hại những người khác.

Con người sẽ không thoát khỏi bị phán xét. Dưới hình thức này hay hình thức khác. Bởi người này hoặc bởi người khác. Bởi Chúa hay Quỷ.

Nhưng con người có thể thoát khỏi sự phán xét của chính nó. Mọi bi kịch và tội lỗi sẽ bắt đầu từ đó, từ lúc con người đánh mất khả năng tự phán xét chính mình.

Anh đừng ngạc nhiên khi tới đây không còn nhận được thư trả lời của em. Nếu không muốn nói dối tốt nhất em sẽ không nói gì cả. Hơn nữa, giờ đây dù em có nói gì, mọi điều cũng dường như đều vô ích đối với anh.

Xin anh dừng trị liệu.

Một ngày cuối thu, lá không còn vàng hơn được nữa

7.

Gửi em,

Anh viết thư này cho em trong tình trạng hoàn toàn tỉnh táo. Anh thấy đầu óc mình sáng suốt và lành mạnh. Bác sĩ và anh đã trở thành bạn thân thiết. Từ nay, anh gặp ông ấy không còn để chữa bệnh nữa mà để thù tạc. Ông rất hài lòng với kết quả đạt được. Dù sao ông cũng mất nhiều công sức, đã vô cùng tận tụy và kiên nhẫn. Lần gặp cuối cùng ở phòng khám, ông mừng phát khóc và nói: "Giờ đây anh đã hoàn toàn như mọi người. Anh không cần đến vắc- xin hay thuốc hay kỹ thuật trị liệu tâm lý nào nữa. Với trí thông minh của anh, anh sẽ là một trong những nhân vật xuất sắc của thời đại này."

Anh chưa hoàn toàn tin lời bác sĩ. Thực ra anh biết mình chỉ là người có năng lực trí tuệ thuộc loại trung bình khá, cố gắng lắm cũng tìm ra và giải quyết được một vấn đề nào đó ở mức độ tiến sĩ, nhưng sẽ chẳng có phát kiến gì xuất sắc. Có lẽ bác sĩ hơi quá khi nói về trí thông minh của anh.

Thời gian đau ốm vừa qua khiến anh ngộ ra rằng thông minh không phải là phẩm chất cần thiết để tồn tại và phát triển trong xã hội này. Những gì anh học được, những gì anh mang về với ảo tưởng rằng sẽ ích lợi cho mọi người ở đây, hầu như bị vứt xó. Sau bao nhiêu năm học hành, khi quay lại anh được phân công đúng cái môn anh vẫn dạy từ hồi xa xưa, từ hồi anh còn là cử nhân vừa tốt nghiệp được giữ lại trường. Lúc đầu anh cứ thắc mắc như vậy cử anh đi học để làm gì? Không cho anh cơ hội để chia sẻ kiến thức anh học được cho sinh viên thì cử anh đi học vì mục đích gì? Ngay cả những người vẫn thường xuyên lên báo kêu gọi cần phải sử dụng nguồn năng lượng chất xám, cần phải sử dụng những người có năng lực chuyên môn thì khi hợp tác với anh cũng chỉ muốn dùng anh để xử lý mấy cái việc mà ai cũng xử lý được, chẳng cần đến mớ kiến thức của anh.

Anh phải kinh qua ốm đau mới hiểu ra rằng thông minh và hiểu biết là những phẩm chất vô dụng, đôi khi còn nguy hiểm. Anh nghĩ mình nên khiêm nhường, "ngu si hưởng thái bình", mình cứ lẫn vào đám đông sẽ an toàn. Nếu sự ngu dốt giả vờ mang lại nhiều lợi ích, nhờ nó mà được trả rất nhiều tiền thì sao lại không giả vờ ngu dốt? Khi sự ngu dốt được trọng thưởng, chỉ những kẻ ngu thật mới tỏ ra thông minh mà thôi. Nhưng càng suy nghĩ anh càng thấy không hẳn như vậy, không nên đẩy sự giả vờ ngu dốt đi quá xa. Phải ngu dốt một cách thông minh, chứ không nên thông minh một cách ngu dốt.

Cũng có thể nhìn theo cách khác nữa. Có lẽ đúng nhất nên thay thế thông minh bằng khôn ngoan. Anh cứ suy nghĩ hoài về việc thông minh và khôn ngoan là một đẳng thức hay một bất đẳng thức. Càng nghĩ càng thấy rằng thông minh và khôn ngoan không thể là một đẳng thức. Người khôn sẽ không tỏ ra thông minh, người khôn biết im lặng và thực hiện theo yêu cầu. Nhưng nếu chỉ biết nghe và thực hiện theo lệnh thôi vẫn chưa thật sự khôn ngoan. Khôn ngoan là biết thực hiện cả những gì không được nói ra, phải đoán được ý, phải đi trước trong việc chiều lòng.

Nhưng dù sao cũng nhờ trí thông minh mà anh hiểu ra điều cốt lõi này: để thành đạt, phải thuộc nằm lòng câu ngạn ngữ "khôn thì sống vống thì chết", lấy nó làm bùa chú. Cần phải biết cách định nghĩa từ "khôn" để có thể cư xử đúng như một người khôn. Thực ra cũng không đơn giản, muốn khôn được cũng phải thông minh. Nét nghĩa đầu tiên của "khôn" có lẽ là không làm mất lòng. Hơn thế, phải biết lấy lòng, phải tạo ra được cảm tình, biết làm cho người khác yêu mến mình. Đấy không phải được yêu mến do các đức tính tự nhiên, mà là sự yêu mến có điều kiện, nói cách khác cho có vẻ thuật ngữ, đó là sự yêu mến được điều kiện hóa. Người ta chỉ yêu mến nhau trong những điều kiện nhất định nào đấy mà thôi. Người khôn biết cách tạo ra những điều kiện cho tình cảm yêu mến nảy nở, và đồng thời, cùng với nó các lợi ích nảy nở. Lợi ích mới là đích đến. Tình cảm không gắn với lợi ích thì chẳng nên phung phí tình cảm làm gì. Và quan trọng nhất là lợi ích vật chất, mọi lợi ích khác đều hướng đến bù vào lợi ích vật chất.

Vì lợi ích là đích đến, nên người khôn không lãng phí tình cảm, chỉ dành nó cho những đối tượng chọn lọc, nhưng cũng biết tạo ra một mạng lưới quan hệ rộng nhất có thể được của các đối tượng chọn lọc đó. Bên cạnh chiều rộng phải đạt tới cả chiều sâu. Người khôn biết mở các mối quan hệ lên cao, càng có cơ hội tiếp xúc với những giới chức cao cấp của xã hội, mức độ khôn ngoan càng đáng kể.

Khôn cũng đồng nghĩa với việc biết dẹp lòng tự trọng sang một bên. Anh đã bốn mươi tuổi, nhưng nếu sếp xoa đầu anh như một đứa trẻ anh cũng phải để yên cho sếp sờ. Mà không chỉ đầu, nếu bị sờ xuống vai, xuống tay, hay bị sờ đùi cũng phải ngồi yên để đón nhận. Phụ nữ khôn không những để yên mà còn phải biết khuyến khích. Điều này quan trọng lắm. Một trong những nét nghĩa của khôn là mâu thuẫn với lòng tự trọng.

Nhưng được xếp ở top khôn là những ai vừa biết tạo cơ hội tiếp xúc với các nhân vật cao cấp nhất của xã hội, nhận được sự ủng hộ của họ, đồng thời lại dành được lòng yêu mến của mọi tầng lớp rộng rãi trong dân chúng. Đỉnh điểm của khôn ngoan. Đấy đang là mẫu người mà anh hướng tới. Anh cũng đã nhìn thấy một vài hình mẫu và đang nghiên cứu rất kỹ những hình mẫu ấy.

Bây giờ anh hiểu rằng để tồn tại buộc phải thỏa hiệp. Anh không làm những việc tồi tệ sẽ không thành công được. Nếu làm người tử tế đúng nghĩa, trung thực, đức hạnh, đừng mong có được những thành công lớn, nhiều khả năng chỉ là một kẻ đứng ngoài lề, thậm chí dù trong hệ thống nhưng vẫn ngoài lề. Hơn thế, tử tế, trung thực đến một mức độ nào đó còn bị trừng phạt nữa. Em xem, bao nhiêu người tử tế đang ngồi tù đấy thôi. Muốn không bị trừng phạt phải biết tử tế vừa phải, nhân hậu vừa phải, trách nhiệm vừa phải, trung thực vừa phải thôi. Muốn thành công, không được phép nghĩ đến chuyện tử tế. Nhưng lại bắt buộc phải làm ra vẻ tử tế, và nhất là phải ngụy biện để biến xấu thành tốt, biến bất lương thành lương thiện. Không có cái vỏ lương thiện và tử tế bề ngoài cũng không thể thành công được. Khi anh nói nhận xét này với ông bác sĩ, ông ấy không nhịn được cười:

- *Anh lại thế rồi! Xấu hay tốt, lương thiện hay bất lương, tất cả đều do cách ta nhìn nhận thôi. Các nguyên tắc của đức hạnh đều do cách ta quy định với nhau mà thành, đúng không? Vậy muốn nhìn một hành động là vô luân thì nó là vô luân, mà nhìn nó là đức hạnh thì nó là đức hạnh. Muốn nhìn một hành động là hèn nhát thì nó là hèn nhát, mà nhìn nó là dũng cảm thì nó là dũng cảm. Đây này, một vị tướng, thay vì quyết tử bảo vệ thành, lại ra quyết định đầu hàng, tháo chạy, lui quân, để bảo vệ binh sĩ và bảo vệ các di sản văn hóa trong thành, tránh không để chúng bị thiêu trụi. Bảo vị tướng ấy hèn nhát cũng được, mà bảo là ông ấy sáng suốt cũng đâu có sai, phải vậy không?*

- *Dĩ nhiên rồi.*

- Khi đi qua vài đường phố, anh nhìn những đoàn người ăn mặc rách rưới, hôm qua còn sở hữu đất đai của ông bà tổ tiên để lại, hôm nay đã tứ cố vô thân do bị nhà nước cưỡng chế đất đai, và nói rằng đây là xã hội của những kẻ bất hạnh. Nhưng đi ra thêm một đoạn, anh lại nhìn thấy những khu nhà cao tầng trong những khuôn viên xinh đẹp được xây dựng trên những mảnh đất cưỡng chế ấy, lúc đó anh có thể nghĩ: đây là xã hội của những người hạnh phúc. Vậy, đứng ở góc độ này thì ta thấy một xã hội bất hạnh, nhưng đứng ở góc độ kia thì lại thấy nó hạnh phúc, phải thế không? Làm gì có cái gì tuyệt đối. Hóa ra anh vẫn chưa quen hẳn với cách nghĩ này.

Bây giờ anh thấy nhìn nhận theo cách ấy cũng dễ thôi, anh hơi ngạc nhiên là có thể còn dễ hơn so với hình dung của anh. Lúc đầu anh cũng hơi băn khoăn với cái cảm giác hình như mình đang tự lừa dối mình, nhưng rồi sau một cái chặc lưỡi anh ngộ ra rằng miễn làm sao để mình có thể thanh thản mà sống là được. Cách nhìn này giải thoát cho anh mọi nỗi băn khoăn. Cuộc sống trở nên nhẹ nhõm, thoải mái, dễ chịu.

Anh còn luyện được cách là mỗi lời của anh nói ra đều được chấp nhận trong sự đồng thuận cao, thậm chí được ngưỡng mộ. Em biết không, hóa ra việc cắt dán các ý tưởng, sử dụng ngôn ngữ của người khác làm ngôn ngữ của mình, biến các ý tưởng của người khác thành của mình, cũng đâu có quá khó. Nó đòi hỏi một vài kỹ năng, nắm được các kỹ năng này rồi mọi việc cứ như cháo chảy.

Anh tự đề cho mình một nguyên tắc phát ngôn: không nói thì thôi, đã nói ra người nghe chỉ được phép nghe, chỉ được phép tin, không thể nghi ngờ hay phản bác. Nhưng anh còn nhận thấy rằng chức danh và chức vụ sẽ hậu thuẫn cho các phát ngôn và hành động. Do vậy, nhất thiết nên có chức danh và chức vụ. Càng nhiều chức danh và chức vụ càng tốt, người ta càng nể anh, và càng quý mến anh.

Đồng thời anh có nguyên tắc ứng xử riêng, trong mọi trường hợp, muốn tự bảo vệ mình phải tấn công trước, phải lên án người khác trước. Cách đây vài hôm một đồng nghiệp trẻ mới về cơ quan trả lại gói quà cho sinh viên trong buổi bảo vệ luận văn, do chưa có kinh nghiệm nên cô ấy làm việc đó một cách thiếu kín đáo, khi mà gần như cả hội đồng đang có mặt trong phòng. Ngay lập tức, trước mặt mọi người, anh lớn tiếng: "Cô làm như vậy là xúc phạm chúng tôi quá đáng". Lập tức những đồng nghiệp khác cũng tỏ thái độ, rồi cộng thêm việc dùng truyền thống tôn ti trật tự để o ép đồng nghiệp mới toe kia về mặt tinh thần. Cô giáo tội nghiệp đó gượng cười mà mặt méo xệch, cô cảm thấy mình sai, và hơn hết cô thấy mình dại dột. Đã vừa không có tiền lại vừa làm mất lòng đồng nghiệp. Ngay lập tức cô hiểu rằng nếu muốn làm việc với mọi người, nếu cô muốn nhận nụ cười của các đồng nghiệp khác, muốn được họ yêu mến thì cũng phải hành xử như họ. Cô phải tôn trọng họ bằng cách giống họ. Làm khác đi là xúc phạm họ. Vài năm nữa cô sẽ đứng vào hàng ma cũ, và lại sẽ bắt nạt các ma mới.

Anh nhớ hồi mới về nước, một đồng nghiệp nữ lớn tuổi từng khuyên anh: "Em phải học cách vui. Phải biết sống vui vẻ. Đừng bận tâm đến người khác, nếu không thì không sống nổi đâu. Phải biết cách mặc kệ, mình chỉ cần biết niềm vui của mình là đủ, không như thế thì sẽ không bao giờ biết vui là gì. Sống không có niềm vui đâu đáng gọi là sống." Vị nữ giáo viên trải đời ấy đã thành thực truyền cho anh kinh nghiệm của bà: "Vui sướng và đau khổ là hai trạng thái khác nhau, song hành với nhau, nên chẳng có cách gì triệt tiêu những cảm xúc ấy cả. May thì được vui, không may thì phải chịu đau khổ. Nhưng con người cũng đóng vai trò quan trọng trong việc tạo ra sự may mắn hay bất hạnh cho mình. Thông minh là phải biết chớp các cơ hội tạo vận may. Giỏi giang sẽ tìm thấy hạnh phúc. Nếu đẩy mình vào hoàn cảnh bất hạnh chỉ nên tự trách mình thôi. Trong xã hội này mọi cánh cửa đều có thể được mở ra, chỉ cần khôn ngoan một tí là được. Những kẻ ngu ngốc chuốc lấy bất hạnh là đúng rồi. Khôn thì sống vống thì chết. Phải lo cho mình trước đã. Thân mình không lo nổi sao lo được cho xã hội?"

Có lẽ em cũng đã nhận thấy rằng, trong xã hội này mọi thứ cứ trôi đi, qua đi như trong một cơn mộng du. Mọi hoạt động diễn ra trong trạng thái bị thôi miên. Bầu không khí chung đờ đẫn uể oải, trong đó thi thoảng có một vài sự kiện, tất cả đều bám vào, thổi phồng chúng lên, dùng chúng để bơm sinh khí vào cả môi trường chung.

Anh nghĩ, cứ giả vờ bị thôi miên sẽ tồn tại được, tồn tại tốt. Nhưng anh khám phá ra rằng anh có khả năng làm nhà thôi miên. Vậy anh phải chấp nhận một tình thế hai mặt: làm một kẻ bị thôi miên bởi các lực lượng đang thống trị xã hội, trở thành tay chân cho các lực lượng đó, nhưng đồng thời cũng đóng vai trò nhà thôi miên, điều khiển, định hướng tư tưởng tình cảm cho dân chúng. Anh sẽ thực hiện một quá trình kép: thôi miên người khác và tự thôi miên chính mình. Anh biết cách giả vờ tin vào những thứ mà anh chẳng hề tin chút nào. Và anh cũng biết cách thu hút đám đông bằng niềm tin vờ vĩnh đó. Một mặt dẫn dắt niềm tin của đám đông, mặt khác buộc đám đông phải chấp nhận một niềm tin cũng vờ vĩnh không kém. Đôi khi anh vừa dẫn dắt vừa chửi, đám đông cũng vừa tuân theo vừa chửi. Nhưng lại phải biết xen kẽ với những pha vừa dẫn dắt vừa ca tụng, đám đông sẽ vừa tuân phục vừa tụng ca. Cứ như thế mà cái xã hội nhỏ nằm trong vòng điều khiển của anh tiến lên trong sự mù quáng một cách sáng suốt. Theo quan sát của anh, sự mù quáng giả vờ đó chính là cây cầu dẫn anh tới quyền lực, sự giàu có và yên ổn.

Anh cũng đang lên kế hoạch để viết một cuốn sách về tâm linh. Những điều bí hiểm, bất khả giải của tâm linh là phương tiện tuyệt vời cho thuật dẫn dụ và thôi miên. Những người đứng ở cương vị dẫn dắt đều hiểu rõ rằng dẫn dắt những người trong trạng thái thôi miên dễ hơn rất nhiều so với việc dẫn dắt những người ở trong trạng thái tỉnh táo. Đối với những người tỉnh táo, phải cần đến khoa học quản trị, thứ ấy rất phức tạp rắc rối. Còn đối với những người bị thôi miên chỉ cần lời nói là đủ để dẫn dụ. Quyền lực của lời nói quả thực là một thứ ma thuật vô biên. Vì thế, phải tạo ra những tiền đề cho tình trạng thôi miên tập thể. Bây giờ anh hiểu tại sao nhà nước thấy cần đàn áp tôn giáo nhưng lại khuyến khích cho mê tín dị đoan phát triển. Hết đạo nọ rồi đạo kia ra đời, cúng bái xì xụp khắp các thành phố lớn nhỏ, khắp các làng mạc đến tận thôn cùng ngõ hẻm. Bí mật của tâm linh chính là cây quyền trượng đầy phép lạ và năng lực mê hoặc.

Anh đang tìm hiểu và lập đề cương cho cuốn sách. Hy vọng anh sẽ làm được, mặc dù lúc này anh rất bận. Anh đang bắt đầu được tin tưởng, và được giao những vị trí quan trọng. Một giáo sư đại học kiêm thầy tướng số và nhà tâm linh. Anh nghĩ không có kết hợp nào hoàn hảo hơn thế. Anh từng biết một vài giáo sư hành nghề coi bói. Nhưng họ chỉ dừng lại ở chỗ xem ngày giờ, xem gia sự, xem đất đai mồ mả. Coi như vậy mới chỉ tác động tới từng người cụ thể. Chỉ là chuyện kiếm ăn vặt vãnh thôi. Ở một tầm cao hơn phải viết sách. Viết sách mới có thể dẫn dắt được đám đông. Và mới có thể lưu danh muôn thuở. Tuy nhiên anh cũng cần cân nhắc xem khả năng viết lách của anh thế nào. Nếu không ổn sẽ làm việc khác. Anh không thiếu kế hoạch.

Em thấy đấy, anh đã lấy lại được niềm tin vào bản thân mình, lấy lại được niềm tin vào mọi người xung quanh. Anh có thể tiếp tục yêu mến cuộc đời, và đang được cuộc đời yêu mến. Anh đã từng sợ rằng những con chíp trong não anh sẽ chập mạch, nhưng bây giờ chúng chạy một cách hoàn hảo, mọi thứ đều ăn khớp với nhau. Anh đang ở giai đoạn lập trình cho tương lai.

Một năm sau khi chữa khỏi bệnh

8.

Gửi em,

Anh có tin vui cho em đây. Anh vừa được cất nhắc làm Chủ nhiệm của Chương trình Quốc gia về Phát triển Công nghệ Loa. Một sự đền bù xứng đáng cho những cố gắng bền bỉ của anh bao lâu nay. Thực ra anh đứng ở vị trí Chủ nhiệm từ một năm nay rồi, nhưng lâu quá chưa viết cho em nên đó vẫn là một tin mới.

Em biết đấy, với khả năng của anh, anh có thể làm một nhà tư tưởng, nhưng lệnh trên chỉ cho anh đóng vai trò cái loa. Không bao giờ anh được phép đóng vai trò một nhà tư tưởng. Không phải riêng anh mà tất cả mọi người trong xã hội này đều không được phép. Chỉ có một vài người xứng đáng làm nhà tư tưởng thôi, những người sống mãi trong sự nghiệp chung, những người soi đường chỉ lối, là kim chỉ nam cho cả cộng đồng. Anh làm gì thì làm, mọi người làm gì thì làm, không được phép thay thế Người. Nghệ thuật tối cao là nghệ thuật trở thành cái loa phóng thanh cho tư tưởng của Người. Ai nắm được nghệ thuật đó người ấy sẽ thành công. Ai sử dụng thuần thục nghệ thuật đó người ấy sẽ đại thành công.

Anh có nhiệm vụ xây dựng trường đại học thành một hệ thống loa phóng thanh cho tư tưởng của các lãnh tụ tối cao và vĩ đại. Những loa cái đào tạo ra những loa con. Rồi đến lượt mình, loa con sẽ trở thành loa cái, lại tiếp tục đào tạo những loa con khác, một sự quy hồi vĩnh cửu. Đại học trở thành xưởng sản xuất loa, cung cấp hệ thống loa có trình độ cao cho xã hội. Nói chung đại học có thể dạy đủ các loại khoa học: toán, lý, hóa, khoa học trái đất, môi trường, sinh học, văn học, lịch sử, nhân học... nhưng tất cả các khoa học đó đều phải được dạy dưới ánh sáng của một tư tưởng duy nhất, đều phải dùng để phục vụ cho sự truyền bá của một tư tưởng duy nhất. Sinh viên càng hiểu nhiều biết rộng càng phải thực hiện tốt chức năng truyền bá của cái loa. Đấy là sứ mệnh cao quý của đại học. Cứ dạy các kỹ năng mềm thoải mái, cứ dạy các kiến thức chuyên ngành thoải mái, cứ dạy các phương pháp thoải mái. Nhiệm vụ của đại học là phải biết sử dụng các kỹ năng ấy, các kiến thức ấy, các phương pháp ấy cho nhiệm vụ chính trị của cái loa.

Anh đóng vai trò tích cực trong sự nghiệp chế tạo loa của đại học. Ngành công nghiệp chế tạo loa trở thành ngành công nghiệp mũi nhọn của quốc gia, trở thành quả đấm thép, cạnh tranh ở mức độ khu vực và quốc tế. Nó không mang lại lợi nhuận cho xã hội, chỉ mang lại lợi ích kinh tế cho bản thân mỗi một cái loa mà thôi. Nhưng như thế cũng tốt chán rồi. Còn muốn gì hơn nữa nào?

Công nghệ chế tạo loa phát triển đến nỗi, không chỉ hệ thống trường đại học mà toàn bộ hệ thống giáo dục trở thành hệ thống xí nghiệp sản xuất loa. Qua nhiều thập kỷ, anh cũng biết hầu như không có cải tiến nào về công nghệ cũng như về hình thức. Tất cả mọi cái loa đều hao hao như nhau, vận hành theo một kỹ thuật duy nhất, phát ra cùng một loại nội dung như nhau. Đôi khi nền kỹ nghệ chế tạo loa bị chê trách là kỹ thuật đã trở nên lạc hậu, nội dung cũ, thiếu sáng tạo. Cũng có phản biện đấy chứ, ai dám bảo là không, ai dám bảo là bóp nghẹt tư tưởng? Phản biện xong rồi thì ngồi chơi xơi nước, còn kỹ thuật lạc hậu hay yếu kém không phải công việc của mấy người phản biện nhé. Mà thôi, cả nước ráng chịu đi, vì vốn bỏ vào công nghệ chỉ tí ti, còn bao nhiêu chui hết vào túi các nhà chỉ đạo.

Toàn bộ nền giáo dục nước nhà phụ thuộc vào Chương trình Quốc gia này.

Trước hết, phụ thuộc về mặt triết lý giáo dục. Triết lý giáo dục được xây dựng sao cho đáp ứng được yêu cầu của Chương trình: mục tiêu là sản xuất loa, vậy triết lý phải phù hợp với mục tiêu đó. Bộ trưởng Bộ Giáo Dục phải đáp ứng được các tiêu chuẩn của một cái loa tốt và điển hình, để toàn ngành giáo dục nhìn vào đó mà noi theo.

Tiếp theo, phụ thuộc về phương pháp giảng dạy và chương trình giảng dạy. Ngoài những nội dung phát thanh được rà soát rất kỹ, những phương pháp giúp loa vận hành tốt được coi trọng.

Rồi còn phải chú ý cả những khâu bổ trợ như thiết kế hệ thống tăng âm như thế nào để cho tính năng của loa đạt tới mức độ tốt nhất, vang nhất, rền nhất, hiệu năng tối đa. Cứ nghe diễn văn của tất cả các bí thư đoàn ở các trường đại học, y chang nhau về nội dung, văn phong, hệ từ vựng, thậm chí cả cú pháp, phần mở đầu, phần kết luận, các ý chính... cứ như chỉ do một người viết. Quả là một sự thành công tuyệt vời của nền giáo dục được dẫn dắt bởi tư tưởng và kỹ nghệ của Chương trình Quốc gia về Phát triển Công nghệ Loa.

Anh cũng được hưởng lợi tương đối nhờ thời đại thống trị của kỹ nghệ loa. Anh vừa là người chế tạo, vừa là sản phẩm, vừa là người phân phối và vận hành sản phẩm. Em biết anh dư sức đóng đủ các vai cần thiết. Một người giỏi như anh không thể nghèo được. Trong xã hội này chỉ những kẻ kém cỏi mới nghèo thôi. Ừ thì anh cũng nhận thấy rằng anh càng giàu xung quanh càng nghèo đi, hai tiến trình diễn ra song song. Nhưng sao trách anh về sự suy thoái kinh tế chung và sự nghèo nàn chung của xã hội được, ai bảo thiên hạ dốt nát. Anh đâu phải chịu trách nhiệm về sự dốt nát của kẻ khác.

Tự cứu mình trước khi trời cứu. Chính chủ tịch nước kêu gọi phổ biến phương châm này chứ không phải bất kỳ kẻ vô danh nào đâu nhé. Không đủ khả năng tự cứu mình còn kêu ai. Chẳng nhẽ chủ tịch nước hay tổng bí thư lại đi làm cái công việc cứu người đó sao. Không đâu, giải quyết vấn đề nghèo đói không phải là nhiệm vụ của guồng máy lãnh đạo, mà là nhiệm vụ của từng cá nhân. Dốt thì cứ thế mà chịu phận nghèo. Còn nhiệm vụ của tổng bí thư là phải đảm bảo sao cho Chương trình Quốc gia về Phát triển Công nghệ Loa thành công, thành công và đại thành công. Về nhiệm vụ cơ bản này, các đời tổng bí thư đều hoàn thành xuất sắc. Họ chẳng bao giờ phải tự phê bình về khoản này. Tuy nhiên, mấy năm gần đây Chương trình cũng hơi có chuệch choạc. Không hiểu sao thỉnh thoảng lại nảy nòi ra vài sinh viên không chịu làm phận cái loa.

Chẳng đâu xa, cứ nhìn vào cái trường đại học của anh mà xem. Thời đại lên ngôi của kỹ nghệ loa mà vẫn có những đứa ngu đi chống lại xu thế ấy. Cứ muốn sinh viên phải suy nghĩ độc lập, cứ đòi tự do ngôn luận, tự do nghiên cứu, tự do giảng dạy cho lắm vào, ngồi tù là cái chắc. Không ngồi tù cũng treo niêu. Ngu thì phải chịu chứ sao. Thông minh sẽ nhìn thấy xu thế thời đại, hòa vào xu thế ấy. Mục đích của đại học là sản xuất loa, cứ thế mà thực hiện công việc chế tạo, thực hiện càng tốt càng nhiều tiền, càng nhiều cơ hội thành công. Thông minh hơn phải nắm bắt được ý muốn của từng lãnh đạo cụ thể, cung cúc tận tụy chiều theo ý muốn đó. Thông minh bậc cao hơn nữa là hiểu được lãnh đạo muốn gì mà không cần phải để nói ra, đoán trước và răm rắp thi hành, thi hành trước cả khi có lệnh, càng làm trước khi có lệnh càng dễ thỏa mãn lãnh đạo, càng dễ được cất nhắc. Đấy, bí quyết của mọi sự thông minh, và bí quyết của mọi thành công. Đến khi lên làm lãnh đạo rồi thì tha hồ, muốn làm gì cũng được.

Tuy nhiên, em biết không, không phải là anh không nhận thấy rằng hệ thống loa càng phát triển thì chất lượng giáo dục càng đi xuống. Nhưng đấy là lỗi của những người thực hiện, tức là những người đứng lớp. Dĩ nhiên một phần do chủ trương. Nhưng một chủ trương tồi vẫn có thể có kết quả tốt nếu được thực hiện tốt. Đó là điều anh nghe hàng ngày, và nói hàng ngày cho người khác nghe. Cho nên anh ủng hộ quan điểm của những người muốn làm giáo dục từ dưới lên. Nếu bên trên đưa xuống một chủ trương tồi mà bên dưới họ không phản đối, mà họ lại vẫn thực hiện tốt được chủ trương tồi ấy thì càng hay chứ sao.

Cũng không phải anh không nhận thấy rằng đang hình thành những nhóm đối lập lại với hệ thống loa. Phải thừa nhận là việc các nhóm đối lập ấy ra đời cũng có những lý do nhất định. Hơn nữa có thể xu thế lịch sử sẽ thay đổi. Thực ra khó có cái gì có thể trường tồn, thức thời phải biết thay đổi. Một người giỏi phải biết "đi với bụt mặc áo cà sa đi với ma mặc áo giấy". Anh có trong danh sách những Hội Đồng Khoa Học loại củ chuối nhất, loại ngậm miệng ăn tiền, chia chác lợi ích; nhưng cũng đứng trong những Hội Đồng Khoa Học của các vị được xem là tiến bộ, là lương tâm của thời đại. Ở đâu anh cũng được quý mến và tôn trọng. Ngồi với quan chức chính phủ anh có thể đưa chính phủ lên mây. Ngồi với đám trí thức cấp tiến, anh chỉ trích chính phủ hết sức sắc bén, chính xác. Cần biết nên khen cái gì và chỉ trích cái gì ở đâu, với ngôn ngữ nào. Dù sao để làm được như thế cũng phải có một chút nghệ thuật, và cũng phải biết đôi chút về tâm lý.

Là Chủ nhiệm Chương trình Quốc gia về Phát triển Công nghệ Loa nhưng anh cũng sẵn sàng phối hợp với một vài tổ chức khác để thực hiện chương trình Giáo dục Khai phóng. Thế giới người ta nói mãi về khai phóng rồi, mình không thể nhắm mắt làm ngơ. Cứ thế giới có cái gì bọn anh cũng phải có cái đó.

Giáo dục khai phóng là bệ phóng để bay vào nền giáo dục toàn cầu. Cần để cho có chỗ này khai minh và chỗ kia khai phóng, xã hội mới khá lên được. Truyền hình, phát thanh cứ nói mạnh vào. Bây giờ nó chưa trở thành chương trình quốc gia, nhưng thế nào cũng có lúc nó được trình rồi được duyệt. Anh cứ đi tắt đón đầu, đến lúc đó có thể anh sẽ được bổ nhiệm vào ban chỉ đạo chương trình khai phóng cấp quốc gia. Anh cũng nhận thấy rằng đất nước này cần phải bay lên lắm rồi, chỉ còn thiếu việc phải khai cái bệ phóng cho nó bay lên thôi.

Anh đã chỉ đạo về vấn đề này cho trường đại học anh phụ trách. Không lý gì bên ngoài người ta khai phóng mà trong nhà nước lại không khai phóng. Họp toàn trường anh tuyên bố: "Trường ta nhất định sẽ áp dụng chương trình khai phóng của đại học Harvard. Chuẩn bị đưa tin này lên truyền thông ngay.". Nhân viên truyền thông hỏi lại anh: "Thưa thầy, có chắc chúng ta làm được thế không?" Anh hùng hồn: "Chắc chứ! Cứ truyền thông thì chắc chắn ta sẽ làm được". Nhân viên truyền thông đó hơi kém nhanh nhạy, lại cứ rụt rè hỏi tiếp: "Thầy cho xin thêm vài thông tin cụ thể về chương trình và nhân sự." Anh bực mình quá, xẳng giọng: "Truyền thông gì mà kém thế. Mấy thông tin đó không làm được thì làm truyền thông làm gì? Đấy đâu phải nhiệm vụ của tôi, truyền thông là nhiệm vụ của cô!"

Quả thực anh không kiêu căng khi nói rằng đã sử dụng một cách xuất sắc sự khôn ngoan của mình. Anh phù hợp với hình ảnh trí thức hiện đại, khác hẳn với hình ảnh đồ nho gàn thời phong kiến. Trí thức hiện đại năng động, làm chủ thế sự, văn hóa toàn diện. Đeo kính, xài laptop, iPad, iPhone. Đi xe hơi và cặp bồ với người mẫu hay hoa hậu. Bây giờ anh chơi giỏi nhiều môn thể thao, tennis, bơi lội, thêm cả golf. Ngoài ra, như em biết, anh rành nhiều loại hình nghệ thuật: hội họa, âm nhạc, thơ ca, dĩ nhiên rồi, sao có thể thiếu thơ được. Mà rất có thể thơ anh một ngày sẽ đoạt giải Nobel. Em cứ đợi xem nhé. Anh am hiểu nhạc lý tới mức đủ để sáng tác. Không ai nhàm chán khi nói chuyện với anh.

Anh lại có cả một dàn loa tiền hô hậu ủng. Mỗi khi cất lời giọng anh được khuếch âm lên ở mức tối đa, ở đâu người ta cũng có thể nghe thấy. Với vốn văn hóa làm chủ được, anh biết lúc nào đưa vào giọng nói âm sắc hùng hồn, lúc nào nên đưa vào các gam thương cảm, lúc nào cần chiết vào một chút lãng mạn bay bổng. Anh chinh phục được nhiều trái tim, anh biết thế.

Nói chung Chương trình Loa của anh chạy tốt. Tuy nhiên, không hiểu sao, cũng có lúc anh thấy mệt mỏi, và im tiếng một thời gian. Nhưng anh không im lặng lâu được. Anh chỉ mới im được một lúc, nhà nước đã mở ngay một đợt thanh tra. Báo chí đồng thanh đưa tin khắp nơi về các hoạt động liên kết và đào tạo nhuốm màu sắc lừa đảo. Họ cho công bố cả báo cáo của thanh tra nhà nước với những con số cụ thể, với tên tuổi các tổ chức, các đơn vị liên kết lừa đảo, với con số bao nhiêu ngàn thạc sĩ không được cấp bằng. Dĩ nhiên bạn bè anh trong báo giới nhiều, nên anh vẫn chữa cháy được bằng cách trả lời phỏng vấn lên tiếng phản đối cung cách làm việc và kết quả thiếu chính xác của bộ phận thanh tra. Mặt khác anh lại bắt đầu mở loa, cho chạy hết cỡ.

Thực ra anh cũng không rõ vì sao cần tổ chức thanh tra, bởi sau khi vạch ra hết các vi phạm của anh, họ chẳng làm gì để phạt anh cả. Hay có lẽ họ thấy cái loa của anh chưa hoạt động hết công suất. Họ dùng vụ thanh tra đó, làm ồn ào trên báo chí một lúc để anh phải tăng hiệu suất và hiệu ứng của cổ họng anh và hệ thống loa dưới quyền anh điều khiển. Có thể lắm. Sau vụ thanh tra anh trở thành một cái loa thuộc loại hoàn hảo nhất, và dĩ nhiên, một thời gian ngắn sau đó anh được bổ nhiệm vào ngạch chuyên gia cao cấp. Và báo chí, mấy tháng trước vừa chỉ trích, bây giờ lại đưa lên những thông tin về các thành tích chói ngời của anh, cứ như thể vụ việc kia chưa bao giờ diễn ra.

Quy luật ở đây là như vậy đó em, ai nắm được quy luật người ấy sẽ thắng.

Anh vẫn nhớ thương em. Em vẫn luôn ở đó, ở nơi sâu nhất của cõi lòng anh.

Ba năm sau khi khỏi bệnh

9.

Gửi em,

Anh cần nói cho em một bí mật.

Chỉ duy nhất em biết anh là tác giả của *Trí thức ca*.

Ừ, em sẽ hỏi: *Trí thức ca* là gì? Anh đã viết nó theo đơn đặt hàng đặc biệt của chính phủ. Anh nhận lời với điều kiện phải biến nó thành một dạng tác phẩm âm nhạc dân gian, một tác phẩm khuyết danh, không có tên tác giả, xem nó như sản phẩm tập thể. Với bài ca khuyết danh đó anh được hưởng một khoản nhuận bút khổng lồ mà không một nhạc sĩ hay thi sĩ nào có thể hình dung nổi. Cũng xứng đáng thôi. Nó có tác động không bờ bến. Anh được đặt hàng để viết một bài ca nhằm ru ngủ giới trí thức. Mục đích là giúp họ ngủ, và để yên mặc cho ai muốn làm gì thì làm, mặc cho mọi thứ xung quanh bị tàn phá, bị chia chác, bị thất thoát và mất mát. Trí thức cần phải ngủ ngon và ngủ ngoan, người đặt hàng nói với anh như vậy.

Nhiều người nghĩ rằng chính quyền chỉ huy động được những cây bút hạng xoàng làm dư luận viên. Người ta cho rằng, thông thường những kẻ dễ dàng bị mua là những người ít hiểu biết, trình độ kém và nhân cách kém. Họ cứ tưởng dư luận viên chỉ biết chửi bới, hạ nhục người khác bằng những chiêu bẩn thỉu, chỉ biết sử dụng thứ từ vựng và loại ngôn ngữ thấp kém, vì thế mà dễ dàng bị đối thủ đánh bại bằng sự cao quý, trung thực và ngôn ngữ của hiểu biết.

Nghĩ như vậy là nhầm, vô cùng nhầm.

Những dư luận viên cao cấp không bao giờ xuất hiện trên cùng một sân chơi với các dư luận viên hạng blogger hay facebooker. Dĩ nhiên, là cao thủ nên họ không bao giờ sử dụng ngôn ngữ hạ đẳng, chợ búa hay bẩn thỉu, không bao giờ dùng đến chiêu chửi hay vu khống. Họ cũng không cần dùng nick name, họ ký đàng hoàng bằng tên thật, kèm theo các chức vụ và chức danh. Họ tạo dư luận một cách rất khoa học, rất chi là khoa học.

Dư luận viên thượng đẳng xuất hiện trên những tạp chí hàng đầu về tư tưởng, về nghệ thuật, về văn học..., hoặc trên truyền hình, trên những tờ báo có lượng tia- ra lớn, trên những website chính thống được nhiều người truy cập, tức là những công cụ thượng đẳng cho hoạt động tuyên truyền. Một số trong bọn họ có thể làm tổng biên tập các tạp chí lớn, có thể nắm giữ những chức vụ hàng đầu của những cơ quan, những viện nghiên cứu, những trung tâm lý luận, những đại học ... những nơi xây dựng nền tảng lý luận cho chế độ.

Anh mắc bệnh nghề nghiệp, mở một cái footnote ở đây, em đừng cười nhé. Anh phải nói có sách mách có chứng, không thì em lại chẳng tin anh, tội nghiệp. Có lần anh tò mò vào đọc một tờ tạp chí xuất bản bằng tiếng Anh nhé, English hẳn hoi đấy, oách không, đừng đùa nghe, tạp chí quốc tế hàng đầu đó. Tạp chí *Vietnam Social Sciences* của **Vietnam academy of social sciences**. Anh nhớ đó là số 4 của năm 2013. Chính xác là số 4 đấy, em yên tâm, em có thể tìm số đó dễ dàng thôi. Bài đầu tiên, in trang trọng ở trang 1 là bài của vị GS làm Chairman của Editorial board của chính tạp chí này nghen. Vấn đề cũng rất chi là khoa học và rất chi là quan trọng: "*Social responsibility and the subjective role of farmers in argriculture and new rural development*". Ở một đất nước có khoảng tám mươi phần trăm dân số làm nông nghiệp thì đó là một vấn đề quan trọng rồi.

Trong đoạn đầu tiên của bài, cơ sở tư tưởng để giải quyết vấn đề được nêu lên một cách rõ ràng, không thể rõ ràng hơn nữa, không thể khoa học hơn được nữa. Anh trích nghen, để em thấy là anh không bịa: "*The Documents of the 7th, 8th, and 9th Party Congresses of the Communist Party of Vietnam (CPV), along with many Party Resolutions and Directives in these periods showed consistent strategies regarding agriculture, farmers and rural areas; dertermining step by step the significance and importance of a comprehensive development of rural economy and construction of new rural area.*" Và rồi ngay sau đó, không thể thiếu được là phải đi xa hơn, ngược trở về với tư tưởng của những cụ tổ nhé: "*The role of peasant in revolutions is an important topic in the classical series of Marxism- Leninism*". Tiếp theo cái đoạn dài tưởng nhớ tư tưởng của hai cụ tổ này, ở trang 2, một cách logic sẽ xuất hiện tư tưởng của cụ tổ thứ ba: "*In the case of the People's Republic of China: Mao Zedong was the man who contributed important theoretical discussions on the political potential of the peasantry class. Right from the time of the Farmers in Hunan Survey to be conducted, Mao Zedong saw the tremendous potentiality of this class in the military and political struggles in modern Chiness society. The writings of Mao on peasants set the foundation for a series of important policies by the Communist Party of China, with the aim at mobilizing and involving large groups of peasants into political and military movements*".

Anh chép nguyên văn cho em đấy, không dám sai một dấu phẩy, dù sao anh cũng là một nhà khoa học mà em. Thật là những tư tưởng tuyệt vời phải không, những chân lý của muôn đời, nên muôn đời phải dựa vào để giải quyết các vấn đề thực tiễn, phải không em? Dĩ nhiên, anh không cần dài dòng em cũng hiểu vấn đề nông thôn sẽ được giải quyết như thế nào rồi. Nhờ những công trình lý luận như thế mà nông thôn ngày nay có những vùng chẳng khác gì nông thôn đầu thế kỷ XX, nơi người dân vẫn còn đi vệ sinh trên cái xẻng. Ngài Prof., Ph.D. Chairman cho editorial board của tạp chí này quả thực đã hoàn thành xuất sắc vai trò của một dư luận viên chân chính. Định nghĩa chuẩn của dư luận viên là: định hướng dư luận. Dư luận viên này thuộc đẳng cấp quốc tế đó em.

Ông ta đại diện cho các trí thức nước nhà thực hiện tham vọng định hướng dư luận cho các nhà khoa học xã hội toàn thế giới đấy. Em xem, có mấy người làm khoa học xã hội ở đây công bố được bằng tiếng Anh. Thiệt tình như vậy đó em. Không dám nói giỡn đâu. Nói giỡn chết liền à nghen.

Một chế độ muốn tồn tại phải có cơ sở lý luận. Nếu nhỡ xảy ra trường hợp chế độ đã ra đời rồi mà chưa có nền tảng lý luận hoặc có rồi mà chưa vững chắc thì phải nghiên cứu tìm cho bằng được cơ sở lý luận phù hợp. Mục đích và nhiệm vụ tối cao của khoa học xã hội đấy. Lý luận phải đi theo thực tế và bám sát thực tế vĩ đại không rời một ly. (À, mà em lưu ý rằng chữ "thực tế vĩ đại" không phải là của anh nghe, anh không dám nhận vơ về mình một phát ngôn đáng giá ngàn vàng như vậy). Đấy mới là lý luận đích thực và có giá trị. Điều này giải thích những thành tựu to lớn và huy hoàng mà nền khoa học xã hội nước nhà đạt được trong suốt bao nhiêu năm qua. Năm nào cũng họp tổng kết mà không có giấy bút nào, lời lẽ nào ghi được cho hết những thành quả vĩ đại ấy, những cống hiến quý báu ấy. Nhưng trong hoan hỉ có phần lo âu: cứ mỗi lần hội nghị thành công rực rỡ người ta lại hốt hoảng trước cả đống thành tựu của khoa học xã hội và hoang mang vì sẽ không biết xếp vào đâu cho hết công trình các loại và các cấp đang chất ngồn ngộn.

Nhà nước cũng không ngại tốn kém cho khoa học xã hội, tiền chi không biết bao nhiêu mà kể, nhằm xác lập cho bằng được cơ sở lý luận của xã hội ưu việt này. Nỗi đau đáu của mấy ngài viện trưởng và khoa trưởng của các ngành khoa học xã hội nhân văn thường cũng chỉ xoáy vào điểm này thôi: xã hội đã ưu việt lắm rồi, nhưng cơ sở lý luận vẫn chưa thực sự ưu việt, chưa xứng tầm với tính ưu việt của chế độ. Thật gay go. Thế nên dù đã có nhiều thành tích và thành tựu trong nghiên cứu, cả giới vẫn phải cố gắng hơn nữa, phải nỗ lực hơn nữa để thực hiện nhiệm vụ và sứ mệnh cao cả của ngành.

Chẳng có gì đáng ngạc nhiên khi anh lọt vào mắt xanh của chính quyền. Anh được xếp vào số những người thành công về phương diện xã hội, một nhân vật của người đương thời. Dĩ nhiên anh không thể thành công nếu không được chính quyền thừa nhận. Để thành công anh phải được chính quyền đóng dấu lên các hoạt động của mình. Tất cả những người thành công trên mảnh đất này đều hiểu rõ điều đó. Đóng dấu có nghĩa là cho phép. Tương tự như việc để xuất bản một cuốn sách phải có giấy phép xuất bản. Với giấy phép này cuốn sách mới có thể được in ra, đến được với công chúng, được các nhà phê bình bàn tới, được tham gia các giải thưởng... Thành công cũng thế. Thành công nghĩa là được để cho thành công, được cấp phép để thành công.

Khi được đặt hàng viết *Trí thức ca*, anh chưa có một ý niệm nào. Nhưng anh nghĩ chẳng có gì là không làm được, chỉ cần đầu tư thời gian suy nghĩ thế nào cũng xong. Anh tiến hành một số khảo sát về tâm lý, và dĩ nhiên, cả âm nhạc.

Từ lâu anh đã nghiên cứu và thấy rằng ngôn ngữ có thể kích động cơn phẫn nộ, khích lệ tinh thần yêu nước, tinh thần chống ngoại xâm, gieo rắc nỗi buồn, trạng thái ủy mị, làm lan tỏa những cảm xúc cao thượng... Và nó cũng có thể tạo ra hiệu ứng buồn ngủ. Hãy quan sát sinh viên buồn ngủ như thế nào trong những giờ giảng về triết học Mác- Lê để biết được hiệu ứng gây buồn ngủ của ngôn ngữ. Sau khi dự một số giờ giảng ở một số trường đại học khác nhau, của một số giảng viên hoàn toàn khác nhau với những đối tượng sinh viên hoàn toàn khác nhau, nhưng hiệu ứng ru ngủ y chang nhau, anh đi tới kết luận rằng, những nhà trị liệu mất ngủ nên kết hợp cho bệnh nhân nghe các bài giảng này và giảm liều lượng hóa chất trong thuốc để đỡ hại cho bệnh nhân.

Anh cũng đã bỏ ra nhiều công để nghiên cứu thể loại hát ru, và quyết định sử dụng chất liệu âm nhạc hát ru, hiện đại hóa nó để sáng tác *Trí thức ca*. Làn điệu hát ru dân gian miền Bắc có đặc thù là luyến láy kéo dài từng chữ một, xen lẫn những âm đệm á, à, ơi sau mỗi từ hoặc sau một cụm từ ngắn, hoặc cuối câu, nhằm tãi tiết điệu thành ra những nhịp rất chậm, đu đưa, ngân nga, dìu dặt đưa đứa trẻ vào giấc ngủ. Dân ca miền Trung bắt đầu bằng điệu à ơi, nhịp ngân còn dài hơn dân ca miền Bắc, có thể do vùng đất đó nắng nôi hơn, đất đai cằn cỗi hơn, gió mạnh và khô hơn. Dân ca miền Nam, nhạc điệu rõ nét, ít đơn điệu, không kéo dài các âm như dân ca miền Bắc, cũng không luyến láy các âm á à ơi, thay vào đó là thỉnh thoảng lặp đôi một số từ, cũng có một số âm ầu ơ. Các từ được hát dứt khoát, gần với thể loại ca nhạc hơn. Do vậy, chắc khó buồn ngủ hơn. Vì lẽ đó, anh quyết định kết hợp cả mấy thể loại, bằng cách bỏ tất cả những nhấn nhá ở sau mỗi từ và giữa câu, cả câu hát liền, nhanh, tiết tấu hiện đại, nhưng đến cuối câu lại ngân dài theo kiểu dân ca miền Bắc, với các nguyên âm luyến láy á à ơi để tạo hiệu ứng ru. Như thế cần có một bước chuyển đệm nối từ cuối cùng của câu với các nguyên âm kết thúc câu. Nhưng không phải câu nào cũng có à á ơi ở cuối, và cũng có thể là ới, ời, ơi… , hoặc í, ì, i… , tùy thuộc vào chữ cuối cùng của câu kết thúc bằng vần gì. Nghệ thuật dân gian mà, vần rất quan trọng. Để phù hợp với thời đại anh không dùng thể lục bát truyền thống mà sử dụng thể tự do. Hát ru tự do, anh nghĩ đó là một sáng tạo độc đáo của anh.

Đây, em xem tác phẩm của anh nhé:

Trí thức ca

Lời I

Phải biết sợ, ớ ờ ơ…

Sợ là đúng rồi

Biết sợ mới sống được

Biết sợ mới thành danh được

Ta no người khác đói không phải là một tội

Vì ta cũng đã từng phải đói rất lâu

Ta tiệc tùng người khác tù tội không phải là một tội, ối ồi ôi…

Luật nước ta không xử những kẻ như ta

Chính sách nước ta thưởng cho những kẻ như ta, á à ơi…

GỬI NGƯỜI YÊU VÀ TIN

Sống được là may lắm rồi

Sống được là vui lắm rồi, ới ời ơi...

Ta vui người khác buồn không phải là một tội

Chẳng ai bắt ta đau nỗi đau không phải của mình

Đừng suy nghĩ chi cho mệt

Suy nghĩ không phải là việc của ta

Ta không làm chi nên tội

Ngày vui ngắn đừng phí hoài niềm vui, úi ùi ui...

Hãy cười lên bạn hỡi

Ta xứng đáng với nụ cười

Nụ cười vui tươi, ưới ười ươi...

Nhiệm vụ của ta, sứ mệnh của ta

Phát triển chuyên môn, trở thành chuyên gia, á à ơi...

Tầm nhìn của ta hướng về tương lai tít tắp xa

Ta phải có những công trình để đời

Nên kệ đời muốn ra sao thì ra, á à ơi..

Mặc kệ đời, ới ời ơi...

Đã có kẻ khác lo, ó ò ơi...

Ta đi phát triển khoa học

Ta đi tìm cơ sở khoa học cho xã hội

Mặc tình xã hội thế nào cũng êm

Không phải chuyện của ta, á à ơi...

Điệp khúc:

Ta ăn là ta tồn tại

Sống không phải là một tội, ối òi ôi...

Sống được là may lắm rồi

Sống được là tốt lắm rồi

No được là đủ lắm rồi, ối òi ôi...

Lời II.

Sống được là may lắm rồi

108

GỬI NGƯỜI YÊU VÀ TIN

Sống không là một tội, ối ồi ôi...

Ta ăn là ta tồn tại

Ta sống người khác chết không là một tội

Ta no người khác đói không phải là một tội, ối ồi ôi...

Vì ta cũng đã từng phải đói rất lâu

Sống không phải là một tội

Ta thì làm được gì? Í ì i... .

Nước ta còn hay mất không phải là việc của ta

Ta không cần phải lo

Đã có chính phủ lo, ó ò ơi...

Đừng suy nghĩ chi cho mệt óc

Suy nghĩ không phải là việc của ta

Hèn yếu không phải là một tội

Nước ta dù có mất thì vẫn còn ta

Ta nói tiếng ta, á à ơi...

Tiếng ta còn thì nước ta còn

Ta nói tiếng ta trong hoài niệm

Hoài niệm phải là hiện thực

Ta thì làm được gì? Í ì i...

Hoài niệm phải là hiện thực

Hoài niệm không là hiện thực

Hoài niệm là hiện thực

Sống không phải là một tội, ối ồi ôi...

Không phải là, á à ơi...

Điệp khúc:

Ta ăn là ta tồn tại

Sống không phải là một tội, ối ồi ôi...

Sống được là may lắm rồi

Sống được là tốt lắm rồi

No được là đủ lắm rồi, ối ồi ôi...

Dĩ nhiên, những bọn đòi tự do sẽ chống đối, sẽ phỉ báng *Trí thức ca*, sẽ chửi rủa trên mạng. Nhưng số ấy ít thôi, may mà ít thôi, và chúng thật lố bịch, lố bịch ngang ngửa với bọn đòi quyền con người. Kể từ khi nhà nước của chúng ta thành lập đến nay, có lúc nào là quyền con người không được đảm bảo, chính nữ phó chủ tịch Hội luật gia Thành phố phát biểu như thế, anh không những nhớ rõ mà còn ghi âm lại. Từ khi đất nước được độc lập đến nay, có ai là không có tự do. Thế mà những kẻ muốn làm anh hùng vẫn cứ bày trò đấu tranh cho những thứ đã tồn tại hiển nhiên.

Anh nhớ, trong một bức thư em có nhắc đến tác phẩm "Anh em nhà Karamazov" của Dostoievski, nhắc đến nhân vật Aliosa. Bác sĩ của anh cũng dùng nhân vật này để khai tâm cho anh. Anh biết đấy là một tác phẩm quan trọng của văn học nhân loại. Thỉnh thoảng anh vẫn đọc lại nó, nghiền ngẫm nó. Anh cũng bắt chước em, chép cho em đoạn này:

Không có khoa học nào có thể cho họ bánh mì chừng nào họ còn tự do, nhưng cuối cùng họ sẽ mang tự do của họ đặt dưới chân chúng tôi và nói với chúng tôi: "Chẳng thà biến chúng tôi thành nô lệ, nhưng cho chúng tôi ăn còn hơn". Cuối cùng chính họ sẽ hiểu rằng tự do và bánh mì trần thế thỏa thuê cho mỗi người là điều không thể có được, bởi vì không bao giờ họ có thể phân phối với nhau cho ổn thỏa được! Họ cũng sẽ thấy rõ rằng không bao giờ họ có thể tự do, bởi vì họ yếu đuối, đốn mạt, hèn mọn và là những kẻ nổi loạn.

(Anh em nhà Caramazov, nxb Văn học, 2011, tr. 320)

Em thấy đấy nhé, anh ghi nguồn đầy đủ như một người làm khoa học thực thụ. Và như một nhà khoa học đích thực, anh cứ băn khoăn hoài, chẳng hiểu tại sao cứ nhất định phải viết Karamazov thành Caramazov.

Anh bất cần biết đoạn này là phát ngôn của ai, của quỷ hay của Chúa.

Anh bất cần biết có bao nhiêu giọng điệu trong tác phẩm này, có bao nhiêu tư tưởng cọ xát trong đó. Anh cũng bất cần biết Dostoievski ủng hộ quan điểm nào, đâu là quan điểm thực sự của ông. Anh thật sung sướng khi đọc đến đoạn văn trên. Anh đã dùng đoạn đó làm cơ sở tư tưởng cho *Trí thức ca*. Ở đây các tác phẩm giá trị đều phải có cơ sở tư tưởng, không có cơ sở tư tưởng không đáng giá một xu. Điều quan trọng khi nghiên cứu một tác phẩm nghệ thuật là phải chỉ ra cho được cơ sở tư tưởng của nó. Không có cơ sở tư tưởng sẽ không có tác phẩm nghệ thuật. Tiếp đó phải tìm cho được một hình thức phù hợp để biểu thị tư tưởng đó, một hình thức có khả năng chuyển tải nội dung.

Trong thời gian nung nấu suy nghĩ để viết tác phẩm, anh tin chắc vào châm ngôn này: hãy tìm sẽ thấy, hãy gõ cửa sẽ mở. Anh đã tìm và đã thấy. Quả thực anh đã tìm thấy một hình thức khiến anh hài lòng. Bài ca đó được tung ra, gặp tiếng lòng của bao nhiêu người. Anh lặng lẽ quan sát sự thành công của nó. Nó có một số phận độc lập với anh. Nó bay đi và anh ở lại.

Anh là người đầu tiên hát *Trí thức ca* thành tiếng, trước đông người. Anh đợi đến lúc tàn cuộc nhậu ấy, một cuộc nhậu đặc biệt trong đó tập trung gần như đầy đủ những trí thức thuộc loại tai to mặt lớn bậc nhất. Hình như anh tổ chức cuộc nhậu đó nhân dịp một công trình khoa học của giáo sư nào đó được trao giải thưởng nhà nước. Tề tựu đủ mặt các trí thức quan chức và các trí thức chuyên gia cũng như các văn nghệ sĩ hàng đầu. Chúc tụng say sưa lời vàng ý ngọc, đến lúc vỏ chai đã chất đống trên sàn, đến lúc ánh đèn đã lơi lả, cung bậc đã ngả nghiêng, thân xác đã nhuốm sắc điên rồ, những bức tường đã chếnh choáng, đến lúc đó anh loạng choạng đứng lên và cất giọng khàn hát bài hát ru. Anh cứ hết á à ơi đến ới ời ơi, rồi í ì i, rồi ối ồi ôi... Anh ngâm nga và tất cả đều lắc lư phụ họa. Bóng đèn xoay tít ánh sáng hồng bao bọc và lời ca ngấm dần cùng với rượu. Êm ái và thanh bình. Anh ru đi ru lại, hai cánh tay làm động tác bế đứa trẻ, đu đưa nhẹ nhàng.

Một nữ minh tinh trí thức, dù già rồi vẫn được xem là minh tinh do những đóng góp cho khoa học, cho đại học và cho các đội tuyển quốc tế. Bà ngồi khiêm tốn ở góc bàn, gật gù và lẩm bẩm theo anh: "phải biết sợ, phải biết sợ, phải biết sợ... ". Bà đặc biệt thích cụm đó, tự ru mình bằng cụm từ đó, vẻ mặt dần dần giãn ra, thư thái. Trong cơn ru, cử động thân trên của bà quyến rũ lạ thường. Thật ấn tượng khi thấy một phụ nữ đã già vẫn còn quyến rũ đến như thế. Anh nhìn bà ý nhị, bà đáp lại bằng một nụ cười độ lượng. Cả anh và bà đều biết rằng bản quyền của cụm từ đó thuộc về bà. Bà là tác giả của nó và đã lưu truyền nó từ phòng khách này qua phòng khách khác trước anh rất lâu. Nhưng nay anh kết hợp nó với bài hát ru của anh một cách uyển chuyển như vậy cũng tốt, một sự kết hợp tuyệt vời. Bà chẳng có lý do gì mà không hài lòng khi có một người kế tục xuất sắc như vậy. Bà tặng anh nụ cười cùng toàn bộ vẻ quyến rũ của dáng điệu. Mơ màng trong lời ru của anh bà nhớ lại vì sao bà phổ biến ba từ "phải biết sợ" đó. Bà biết nếu bà sợ mà lại muốn được kính trọng thì phải làm cho tất cả mọi người xung quanh đều sợ, sợ như bà hoặc hơn bà. Còn nếu bà sợ mà họ không sợ chắc chắn họ sẽ khinh bà. Với một cung cách đầy nữ tính bà bơm nỗi sợ vào không khí nhẹ nhàng và duyên dáng như khi sử dụng nước hoa. Bà bao bọc bầu khí quyển của giới trí thức trong nỗi sợ đó. Họ hít những hạt sợ vào phổi, hô hấp một cách tự nhiên như vậy nhiều năm trời. Chính trong làn hương sợ đó mà bà đi từ vinh quang này đến vinh quang khác. Anh phải thừa nhận rằng phần nào anh được gợi cảm hứng từ bà.

Một nữ đại trí thức khác đến khoác lên vai anh tấm khăn mỏng, cho anh ra dáng một bà mẹ. Cô ôm lấy anh từ đằng sau và đu đưa phụ họa cùng anh. Từng ngón xuân nồng của cô bíu chặt vào vai anh, dẫn anh vào quê hương vàng son của điệu hát ru đang ngự trị trên bàn tiệc. Dáng cô và dáng anh hòa vào nhau, cùng trôi dài trên giai điệu. Anh ru mãi ru hoài, ngỡ như cả ngàn năm rồi mà điệu ru vẫn còn chưa kết thúc. Lời ru nghe mênh mang, nhưng không buồn. Đặc biệt là không buồn. Càng ru càng mênh mang hơn, vang vọng một trời bàn nhậu. Cuộc đời chưa bao giờ đẹp như thế, ai nấy đều cảm thấy như được gắn cánh và lâng lâng bay lên, đi đến tận đỉnh điểm xứ Mê Ly, đến tận cùng trời Phóng Đãng. Rồi rượu, rượu nữa và ... ai nấy gục xuống bàn, quên quên hết.

Sáng hôm sau tất cả tỉnh dậy, mặt mũi hồng hào, mọi chuyện đêm qua giống như một giấc mơ, chẳng ai nhớ trong mơ mình đã nói gì, nghe gì. Cuộc sống tiếp tục với mọi khía cạnh tàn bạo, khốc liệt cũng như thơ mộng và lắng đọng của nó. Chẳng có ai tỏ ra đã nghe thấy bài hát ru đó. Anh thì dĩ nhiên không bao giờ nhắc lại. Anh làm như không biết đến nó, và tất cả những người có mặt trong cuộc nhậu ấy đều làm như không biết đến nó, làm như chưa nghe đến nó bao giờ. Nó không hề tồn tại, em không thể tìm thấy nó ở bất kỳ tuyển tập bài hát nào. Không có một dấu vết nào chứng tỏ nó có mặt trên đời này. Và cũng chẳng có ai thừa nhận rằng trên đời này có một bài hát như thế. Nếu em hỏi về *Trí thức ca*, em sẽ gặp ngay sự ngạc nhiên của tất cả mọi người: "chắc cô nhầm rồi, hoặc cô nghe nó ở một xứ sở nào khác, ở đây chúng tôi không hề biết nó, cô thử kiểm tra lại trên google xem sao nhé". Và em sẽ thấy đó là một sự ngạc nhiên thành thật. Đôi khi, sẵn iPad và iPhone trong tay người ta còn lướt mạng luôn, chỉ cho em nhìn tận mắt không có kết quả nào trên google cả. Ồ, mà em có thể check ngay bây giờ, em cứ gõ "Trí thức ca", trong ngoặc kép nhé, đảm bảo google sẽ không tìm thấy gì hết.

Anh biết bài ca vẫn tiếp tục được lan truyền. Có lẽ nó được lan truyền theo cách anh đã làm. Quả là *Trí thức ca* rất hợp với bàn nhậu. Đã là trí thức không có ai lại không nhậu, kể cả phụ nữ. Phụ nữ càng trí thức càng phải biết nhậu. Không biết uống cũng phải biết tổ chức hoặc nhập cuộc, biết ngửi hơi men. Làm việc kiêm nhậu đã trở thành truyền thống từ vài chục năm nay. Trí thức cũng chẳng khác gì doanh nhân. Muốn ký kết các hợp đồng, muốn các dự án nghiên cứu được duyệt, muốn được tuyển vào đâu đó làm việc, muốn tham gia vào các chương trình nọ kia... tất cả đều phải giải quyết trong khi nhậu. Thế nên, "đâu có nhậu là ta cứ đi", trí thức ca bài đó đến rách cuống họng từ rất lâu rồi. Thực ra anh thấy bản "Nhậu ca" ấy cũng không đến nỗi tồi, nó bắt đầu bằng câu: "Ai trên đời mà không nhậu/ mà không nhậu vài ly". Nó phản chiếu nỗi hoan hỉ của nhiều thế hệ trí thức. Hoan hỉ được say, được quên, được chém gió, được khỏi phải suy nghĩ, được nhẹ đầu, nhẹ lòng. Nhưng hát mãi chỉ mỗi bài đó cũng nhàm. Một bài ca mới xuất hiện âu cũng là lẽ thường tình, để đáp ứng những tâm tình đã quánh đặc trên bàn nhậu.

Thường thường, chờ đến lúc cuộc nhậu đã tới hồi bí tỉ, người muốn truyền bá bài ca sẽ hát lên để hơi men đưa khúc ca đó thấm vào hồn những người còn lại. Lời ca và giai điệu cùng với rượu ngấm vào tĩnh mạch. Nó chảy khắp cơ thể, men và hương của nó dậy lên ngây ngất trong huyết quản.

Bài ca lan truyền theo con đường dân gian, về bản chất nó là một tác phẩm khuyết danh. Đôi khi cũng có một vài biến tấu, một vài dị bản, nhưng không quan trọng, tinh thần cốt lõi của nó được duy trì cả ở trong những dị bản khác nhau. Ai nấy đều hát bài hát đó. Mỗi người tự hát cho mình. Dĩ nhiên nó chẳng bao giờ được đưa ra hát tập thể. Người ta ngâm nga nó mỗi khi ở một mình, người ta ngâm nga nó cho mình, cho điệu hồn của mình. Và dù người ta không hát tập thể thì hiệu ứng của nó vẫn đo được. Anh không định lượng được nhưng định tính được. Anh biết là nó có sức lan tỏa rộng, rộng hơn hình dung của anh. Và bởi nó lan tỏa một cách âm thầm nên hiệu ứng của nó lại càng mãnh liệt. Vì người ta không chịu thừa nhận sự tồn tại của nó nên nó càng hiện diện một cách vững chắc và neo chặt vào tâm trí. Càng cố tình phủ nhận nó càng bị nó ám ảnh. Sức ám ảnh của nó càng lớn nó lại càng không hề tồn tại.

Có thể nói *Trí thức ca* là một thành công đáng kể của anh, dù nó không được ghi nhận, tên anh không gắn với thành công của nó, và nó chỉ là một bài hát ma, một bài hát không có thực.

Anh cũng có mệt mỏi đôi chút sau nỗ lực hơi quá sức để viết và truyền bá bài ca này. Giống như một pha đi xuống của tinh thần sau những đợt hưng phấn. Không hiểu sao anh luôn nghĩ đến em trong những pha đi xuống đó. Và anh lại viết cho em.

Thực ra, sau *Trí thức ca* anh chấm dứt hoàn toàn thời kỳ lê la nơi những quán nhậu bình dân, rẻ tiền, để bước vào những nhà hàng sang trọng, đắt tiền. Lúc đó những cuộc nhậu của anh mới thực sự mang dáng dấp và đẳng cấp của những trí thức tầm cỡ. Chữ "nhậu" cũng được thay thế bằng chữ "tiệc", kể cả ngôn ngữ cũng phải sang hơn, quý phái hơn, hàn lâm hơn, bóng lộn hơn. Trong những bữa tiệc đẳng cấp cao này, *Trí thức ca* hoàn toàn thừa, anh không cần đụng đến nó nữa. Người ta chẳng cần phải hát để quên đi sự giày vò của lương tâm nữa. Người ta chẳng cần tìm bất cứ điều gì để biện minh cho những thứ được hưởng. Người ta chỉ còn tận hưởng, tận hưởng và tận hưởng. Người ta có thể ngủ ngon và ngủ ngoan mà không cần đến bất kỳ một bài hát ru nào. Hát ru mà làm gì, rách việc. Hát ru chỉ dành cho giới bình dân thôi. Các giáo sư, tiến sĩ thuộc đẳng cấp bộ trưởng và bộ chính trị như anh không thèm chấp mấy cái chiêu ru ngủ bình dân ấy nữa. Nó cũng tương tự như việc bộ máy tuyên truyền được dùng cho những giới còn cần phải bị tuyên truyền thôi, còn với tầng lớp đẻ ra bộ máy ấy, hệ thống tuyên truyền được dùng cho những mục đích khác.

Anh viết *Trí thức ca* vào năm thứ ba sau khi được chữa lành bệnh. Còn bây giờ đã là năm thứ chín rồi. Có lẽ anh sẽ không bao giờ quên được em.

Một ngày không tỉnh không say

10.

Thưa ông,

Tôi đã được đọc tất cả các thư ông gửi bạn gái cũ suốt
trong thời gian qua. Tôi là vị hôn phu của cô. Chúng tôi
đính hôn nhưng vì sức khỏe cô ấy không muốn cưới. Cô bị
suy tim. Sau bức thư thứ ba của ông, tim cô rất yếu, và tôi
không để cho cô trả lời ông nữa. Tôi cũng là bác sĩ và tôi
biết tim cô ấy bị suy yếu mỗi lần viết thư cho ông. Tôi
cũng không muốn cô nhận và đọc thư của ông nữa.
Nhưng cô không đồng ý, và tôi phải tôn trọng cô ấy. Dù
không viết, nhưng cứ sau mỗi lá thư của ông, tim cô suy
thêm một chút, mà cô vẫn nhất định không chịu dừng
đọc.

Ông đã không muốn cô ấy nói dối, nên tôi cũng không nói dối ông. Giới hạn chịu đựng cuối cùng của cô là bức thư trong đó ông kể về việc viết bài "Trí thức ca". Cô ấy nói: "Anh ấy trở về để làm điều này cho đất nước anh ấy đây". Rồi tim cô hoàn toàn ngừng đập. Tôi đã làm hết sức mình để cứu trái tim của cô ấy, nhưng tôi đã bất lực.

Tôi không có bất kỳ nghĩa vụ nào để phải đọc thư ông, tuy thế, tôi nghĩ có nghĩa vụ báo cho ông về cái chết của cô ấy để ông ngừng viết cho cô.

Dù không muốn, tôi phải nói điều này: những bức thư của ông đã bóp nát trái tim cô ấy.

Và dù rất rất không muốn, tôi buộc phải thừa nhận sự thật này: tôi đã cố tìm cách cứu chữa cho cô ấy, tôi đã đối xử tốt hết mức với cô, tôi yêu cô bằng tất cả tình cảm của mình, chúng tôi rất đồng cảm, đồng điệu, chia sẻ với nhau mọi điều, nhưng tôi không có được tình yêu mà cô ấy dành cho ông. Cô ấy luôn yêu ông. Luôn yêu ông kể cả khi tuyệt vọng vì cái con người càng ngày càng trở nên đồi bại của ông.

Vậy đó. Chẳng ai yêu cầu, nhưng tôi đã cho ông biết sự thật. Giờ đây ông muốn làm gì với tình yêu của cô ấy thì tùy.

BM

11.

Gửi em,

Anh đã giết em. Chính anh đã giết em. Những bức thư của anh đã giết em. Ông ta viết như vậy. Nhưng ông ta cũng viết rằng em vẫn yêu anh. Thật vậy sao?

Anh cũng không rõ điều gì đang diễn ra với anh nữa. Đầu anh bị kích động bởi những ý nghĩ ấy.

Khi nhận được thư vị hôn phu của em, anh bối rối quá. Anh không ngờ em vẫn luôn yêu anh. Có cái gì rất khó tin. Nhưng lá thư đó, chẳng có lý do để không tin. Anh chàng kia chẳng có lí do gì để lừa dối anh. Anh cũng thấy khó hiểu sao em có thể đau buồn đến chết vì anh. Anh là một người bình thường. Hơn nữa, một người thành đạt, hình mẫu mơ ước của bao thế hệ. Tại sao điều đó lại bóp nát trái tim em? Anh giàu có, thành công và toại nguyện, lẽ ra em phải mừng cho anh chứ, nếu đúng là em yêu anh. Từ lúc chữa khỏi bệnh, anh không còn bi quan, chán nản nữa, anh lấy lại niềm vui sống, và luôn biết cách tạo niềm vui. Lẽ ra em phải mừng cho anh chứ. Sao lại đau buồn mà chết? Anh không hiểu, anh không hiểu được.

Rồi anh tìm kiếm những bức thư của em, đọc lại. Nhớ lại những ngày tháng cũ. Từ từ anh cũng hiểu rằng em không muốn anh trở thành như hiện nay. Nhưng cả điều đó cũng khó hiểu đối với anh. Tại sao em không muốn anh là con người như hiện nay? Mọi thứ đang rất tốt đẹp đối với anh, sao em không muốn anh có cuộc sống hạnh phúc này? Dù khó hiểu anh vẫn biết rằng em không phải là người xấu. Chắc chắn em có cái lý của mình. Anh bị xáo trộn và bất an.

Anh bị xáo trộn và không thể làm được gì. Anh thấy mình ra đại lý vé máy bay, đặt vé đi thăm em. Một cái gì đó bảo anh rằng cần phải đến bên em, cần phải gần gũi em trong không gian, anh mới có thể lấy lại sự bình an.

Anh đã đến bên em, đã ở rất gần em. Em không biết, dĩ nhiên rồi. Anh ngồi bên mộ em suốt một ngày trời. Anh đã bay sang để được ở bên em. Anh suy nghĩ suốt trên hành trình dài hai mươi giờ đồng hồ đó mà vẫn không hiểu được vì sao em khiếp sợ con người ngày hôm nay của anh.

Khi ngồi trước mộ em, anh nhận ra rằng anh không hiểu cả một điều khác nữa: vậy cái con người làm em đau buồn mà chết ấy, con người đó còn có gì xứng đáng với tình yêu của em?

Vì sao em vẫn yêu anh? Cái gì trong anh làm em vẫn yêu anh?

Anh sẽ làm gì với tình yêu của em đây? Vị hôn phu của em đã trao nó cho anh. Anh không thể ngờ được, không thể ngờ được em vẫn yêu anh. Sau khi em ngừng viết thư, linh cảm cho anh biết đấy là một phản ứng, một sự phán xét dành cho anh, không còn phán xét bằng lời nữa, mà phán xét bằng im lặng. Anh không muốn tự thừa nhận nhưng ngầm hiểu rằng tình yêu của em đã chết. Nhưng lúc đó, đối với anh, tình yêu của một người phụ nữ ở nơi xa xôi, sự phán xét của một người phụ nữ mà mình biết là khó gặp lại, chẳng có nghĩa lý gì. Hoặc ít nhất vào thời điểm đó anh tưởng rằng nó không có nghĩa lý gì. Về phần anh, anh đã không thể quên em, bằng chứng là vẫn muốn viết cho em. Nhưng bây giờ, anh phải nói thật xem, vì sao anh viết cho em? Vì bị thôi thúc không thể không viết? Vì muốn nhắc nhở em nhớ đến anh? Hay tại cái thói ngông nghênh, anh trâng tráo muốn bảo em rằng: "tôi bây giờ là như thế đấy, tôi nói cho cô biết rõ ràng về tôi như thế đấy, cô có phán xét gì tôi cũng cóc cần"? Hoặc cũng có thể anh bị tổn thương vì em đã im lặng không trả lời anh, và anh cố tình viết để gây tổn thương cho em? Động cơ nào khiến anh làm như vậy? Giờ đây anh rất khó phân định.

Anh cần tìm cho ra cái gì đã giúp anh giữ được tình yêu của em. Điều đó lẩn quất trong tâm trí anh khi ngồi trên máy bay trở về nhà.

Anh không biết bắt đầu từ đâu. Có lẽ bắt đầu từ những việc đáng nhớ anh đã làm. Anh sẽ nhớ lại những điều tốt đẹp đã làm. Anh biết em chỉ có thể yêu những gì tốt đẹp mà thôi. Mà hẳn ở cương vị của anh, trong sự thành đạt của anh, anh đã phải làm nhiều chuyện đáng được gọi là tốt đẹp chứ.

Một tuần trôi qua, anh không nhớ được gì cả. Chẳng có gì hiện lên trong ký ức. Anh không gợi lại được gì hết. Dường như não anh không hoạt động nữa. Dường như óc anh chỉ còn là một đống bùn. Không, anh không muốn bị bệnh lần nữa. Anh muốn là một người bình thường, anh muốn não anh hoạt động bình thường, như mọi người.

Tại sao anh không nhớ được? Anh cố và cố, nhưng đầu gần như tê liệt. Có phải nỗi đau mất em làm não anh chết cứng không?

Người anh khó chịu, bí bách, như ở trong trạng thái có cái gì phải đẩy ra nhưng không thể nào đẩy ra được. Anh muốn nó phải trở lại, ký ức của anh, mà không thể nào nắm được nó. Anh chủ trì các cuộc họp như người mất hồn, nhưng anh là sếp nên chẳng có ai dám than phiền gì. Anh đã luyện cho mọi người thói quen không phàn nàn về bất cứ điều gì. Chấp nhận và phục tùng mọi mệnh lệnh, mọi chỉ thị của anh. Anh hài lòng vì tổ chức của anh hoạt động theo đúng ý anh, trơn tru và phẳng lặng. Có một vài sự cố nào đó thì anh biết cách dẹp ngay, ổn định ngay.

Cuối tuần anh lang thang chỗ này chỗ kia, lúc lên rừng khi xuống biển. Anh thuê một phòng ở đâu đó, chọn một nơi vắng vẻ để đi bộ. Như một người mắc bệnh quên, anh không thể gợi lại được chút gì từ quá khứ.

Anh trở về nhà, công việc, bạn bè, gặp gỡ, nhưng anh không uống nữa. Anh muốn khôi phục lại những ngày đã qua.

Rồi đột nhiên, ký ức của anh mở ra, nhưng lại mở về phía những gì anh không muốn nhớ, những gì anh cố tình quên đi, cố tình gạt ra khỏi trí não, cố tình để chúng không quấy rầy anh.

Sáng nay, anh ngồi trước ban công, nhìn dòng sông nhỏ gờn gợn dưới mưa, hàng cây ủ rũ đối diện với cánh đồng tĩnh lặng. Một người đàn ông tới lui trên mái nhà trước mặt, anh ta khoác áo mưa đi kiểm tra vật gì đó gắn trên nóc nhà. Chắc anh ta phải cần sửa nó lắm mới phải đội mưa leo lên mái như vậy. Hành động kiểm tra, tìm xem có gì hỏng hóc của anh ta có lẽ cũng giống như cái việc anh đang làm với trí não mình lúc này. Ly cà phê của anh viền một làn khói mỏng. Mùi cà phê qua mũi xông thẳng lên não và đột nhiên, ngoài sự chờ đợi của anh, ký ức mở cánh cửa vào chính phòng khách nhà anh.

Anh thấy mình đang mở cửa phòng khách, vào một ngày rất quan trọng trong đời anh. Anh biết vì sao nó quan trọng.

Anh đã không trở thành nhà tâm linh, mà trở thành chính trị gia. Làm tâm linh hay làm chính trị ở xứ này dù con đường có khác nhau nhưng đều có mục đích như nhau: dẫn dụ, mê hoặc và làm mê muội con người. Làm chính trị đúng gu của anh hơn. Anh bước từng bước vững chắc trên những nấc thang quyền lực, cho đến cái nấc Bộ Chính Trị. Đúng ngày anh được bầu vào Bộ Chính Trị, khắp nơi bay về quà tặng và những lời chúc mừng, anh có cảm tưởng như nhận mãi mà không hết. Sau một ngày tràn ngập chúc tụng, tối anh trở về nhà, thấy vợ anh ăn mặc chỉnh tề, ngồi đợi anh ở xa lông phòng khách. Mấy cái va- li dựng gần cửa ra vào. Anh vừa bước vào vừa xoay mấy vòng nhẹ nhàng như đang khiêu vũ. Mà anh lâng lâng và muốn khiêu vũ thật. Anh la lên, vui vẻ và âu yếm:

- Ủa sao em nghiêm trang vậy? Để chúc mừng anh hả?

Cô ấy quả thực rất nghiêm trang, hai tay đặt lên đầu gối, thế ngồi của một nữ chính khách khi tiếp chuyện các quan chức. Cô nói:

- Em đợi anh về để từ biệt.

Anh cười:

- Em đi công tác ở đâu à? Sao nghiêm trọng thế?

- Em đi hẳn. Em đi khỏi nhà hẳn.

Lúc đó anh không thực sự hiểu cô ấy muốn nói gì.

- Sao cơ?

- Em rời khỏi nhà. Em đến sống nơi khác.

Anh đứng sững, không biết nói gì, anh cứ đứng như vậy. Một lúc cô ấy rời xa lông, bước ra cửa. Đến cạnh cái giá treo mũ, cô chọn cái mũ trắng, gấp lại, bỏ vào túi xách, và kéo va li ra khỏi cửa. Đã có một chiếc taxi chờ sẵn trước nhà. Người tài xế giúp cô để va li và trong cốp xe. Anh chợt tỉnh dậy, chạy theo, kéo cô ấy trở lại. Cô còn kịp ngoái lại nói với người lái taxi:

- Anh chờ tôi một lát nhé.

Anh lôi cô trở vào phòng khách:

- Em không thể ra đi như thế. Ít nhất phải cho anh biết lý do chứ.

- Anh không biết thật sao? Anh không biết em đã chán đến tận hàng ngàn km sao?

- Anh không hiểu. Tại sao lại thế?

- Anh đâu thèm để ý. Anh có bao giờ cần biết em sống như thế nào đâu. Lúc nào anh cũng là trung tâm của vũ trụ. Anh chỉ biết có mình anh. Em thờ ơ với anh hàng bao nhiêu năm nay rồi, anh có nhận ra đâu.

- Em giấu quá giỏi.

- Em chẳng giấu gì cả. Chẳng qua anh không để ý thôi.

- Cho anh một cơ hội được không?

- Quá muộn rồi. Đã từ lâu, mỗi lần ngủ với anh, em thấy mình như một con điếm.

127

Anh nhìn hai tay mình từ từ siết lại trên cổ cô ấy. Cơn giận sôi lên sùng sục, anh không còn biết mình đang làm gì. Nhưng mắt anh chợt chạm vào ánh mắt lạnh lùng của cô, nó băng giá và bình thản đến mức làm anh tỉnh khỏi cơn thịnh nộ. Anh nói gần như thầm thì:

- Anh không đối xử với em như vậy.

- Anh không đối xử như vậy. Chỉ là em có cảm giác như vậy. Cảm giác của người phụ nữ buộc phải ngủ với người đàn ông mình không yêu, nhận mọi thứ từ người đàn ông mình không yêu. "Không yêu", từ này quá nhẹ, không đủ đô, nhưng em chỉ có thể nói được như vậy thôi. Đàn bà ngủ với đàn ông chỉ vì tiền và quyền lực của hắn thì có khác gì điếm. Có vậy thôi. Nhưng cũng may là cả năm nay rồi chúng ta không ngủ cùng giường.

- Vậy sao?

- Cả việc đó anh cũng không nhận thấy ư? Ra thế đấy. Tuyệt quá nhỉ!

- Thật ư?

- Anh sao vậy? Bỏ tay ra khỏi cổ em đi. Tưởng từ "điếm" chỉ có ý nghĩa đối với em thôi chứ. Hóa ra anh phản ứng vì nó ư? Anh còn lạ gì điếm nữa mà phải phản ứng đến mức ấy?

Giọng đay nghiến lạnh lùng của cô giúp anh lấy lại được phong thái của một nhà giáo dục kiêm chính khách. Hóa ra trên đời này vẫn còn có gì đó làm anh mất bình tĩnh được. Anh đưa tay lên chỉnh cái cà vạt hơi bị xô lệch.

Cô nhìn anh và cũng đưa tay lên cổ áo. Rồi cô giật phăng hàng cúc áo vét lẫn áo sơ mi, để lộ toàn thân trên với cái áo ngực màu hồng dịu, hai tay đặt vào eo lưng, ngửa đầu ra trong một tư thế khêu gợi. Mắt nhắm hờ, miệng hé mở và chờ đợi. Ngực phóng thẳng về phía trước, dưới ánh đèn đỏ hơi mờ của phòng khách làn da bụng ửng hồng. Cô giữ nguyên như vậy khoảng vài phút. Ngực lên xuống phập phồng theo nhịp thở, cạp quần hơi trễ để hở một phần rốn. Cô nhắm mắt lại, chừng như để cho anh tiện quan sát. Sau đó lấy lại tư thế đoan trang, từ từ cài các cúc áo lại, cử chỉ lịch lãm, duyên dáng và có giáo dục. Cô kết thúc màn gài cúc áo bằng một động tác trang nghiêm và mạnh mẽ, hệt như một nữ đại biểu quốc hội đang ấn nút biểu quyết trước ống kính máy quay của đài truyền hình, biết là cử tri cả nước đang theo dõi mình. Rất đúng thể thức. Một con điếm trong trang phục nữ chính khách. Cô cố tình buộc anh phải giữ lại hình ảnh ấy, hình ảnh lúc cô rời khỏi nhà: một con điếm dưới bộ dạng nữ chính khách. Đó là thứ sản phẩm hợp nhất đối với anh, là gu của anh. Cũng có thể đấy là một dấu hiệu để anh tự hiểu rằng cô biết hết những hạng đàn bà nào từng qua tay anh.

Khi cô bước ngang qua anh, anh không ngăn được một cử chỉ níu kéo.

- Để em đi, đừng bắt em phải tiếp tục đóng vai con điếm trong một ngôi nhà không phải dành cho mình.

Cô ấy nói xong dứt khoát bước ra cửa. Anh khuyu xuống chiếc ghế xa lông gần nhất. Đi được vài bước, cô đứng lại, chiếu thẳng vào anh vẫn cái nhìn lạnh lùng ấy:

- Anh chừng đó tuổi rồi, giữ đến chừng ấy chức vụ rồi, danh tiếng vang khắp nơi như vậy rồi, mà vẫn chưa trưởng thành.

Anh im lặng nén cơn giận, làm như không thèm nghe cô nữa. Cô không chịu buông tha:

- Một người trưởng thành biết yêu, biết trọng, biết hợp tác và sử dụng kẻ phê phán mình. Còn anh chỉ có thể yêu, tin dùng và thưởng cho kẻ nịnh bợ, khen ngợi, ca tụng anh mà thôi. Chỉ cần người ta nghĩ khác anh tí ti thôi là anh đã không chịu được. Anh còn định giữ mãi tâm tính trẻ con ấy của anh đến bao giờ nữa đây?

Anh đoán cô ấy muốn ám gợi điều gì. Lâu lắm rồi, trước khi gặp cô, anh từng yêu một người khác. Một hôm cô này buột miệng nhận xét về một người bạn của anh rằng ông ta không biết tí gì về nghệ thuật mà dám làm giám đốc một học viện nghệ thuật, rằng như thế thật là một tấm gương xấu cho thanh niên. Đang ôm cô ấy trong tay, nghe xong anh liền bảo: "Anh không yêu em nữa!!! Bye bye em!". Rồi anh đứng dậy mặc quần áo ra về. Toàn bộ làn da trên cơ thể đang trần truồng của cô gái đỏ ửng lên, cô xấu hổ vì bị bỏ rơi theo cách đó, chắc tự cổ chí kim chẳng có cô gái nào bị bỏ rơi theo kiểu của cô. Cô này về sau trở thành bạn của vợ anh. Hẳn là gần đây cô ta đã kể cho vợ anh nghe chuyện đó. Anh đoán vậy. Nhưng như thế cũng bình thường, nói không tốt về bạn anh thì anh không quan hệ với nữa, có gì đâu mà phải chỉ trích anh về chuyện đó nhỉ.

Cô cũng làm anh nghĩ tới một vài việc anh đã xử lý đối với nhân sự. Nhưng đã làm việc thì phải biết làm sếp hài lòng và phải biết rằng tối kỵ là không được đụng đến cái sai của sếp. Ai không biết được nguyên lý đó sẽ phải bị loại trừ.

Đến cửa vợ anh dừng lại, nói tiếp, không nhìn anh:

- Dù sao anh cũng cần biết rằng, bây giờ, khi anh làm chính trị đến cỡ này, em sẽ có cảm giác phải điếm gấp hai lần. Em không thể.

Nói xong, cô bước hẳn ra ngoài, không ngoái lại.

Khi cánh cửa khép chặt, anh buột thốt lên, không chủ định: "Đồ điếm!"

Người phụ nữ đó đã lấy anh vì tình yêu, lòng ngưỡng mộ, cảm giác say đắm. Cô ấy đã tự hào được là vợ anh, và giờ đây ra đi vì không muốn làm con điếm của anh. Anh không hiểu sao cô ấy có thể nói toàn bộ những lời đó, nặng nề và độc địa đến mức ấy. Trong cả cuộc đời làm vợ, cô chưa từng cãi anh một câu nào, chưa từng nói hỗn hào với anh một câu nào. Ai cũng bảo anh có người vợ hiền thục nhất trần gian. Người vợ hiền thục ra khỏi đời anh để lại những lời nói sát thương hơn cả các thanh độc kiếm.

Lúc đó hình như anh lờ mờ hiểu rằng không phải mọi thứ đều mua được bằng tiền. Nhưng tại sao anh lại nghĩ đến tiền, vào đúng thời khắc đó. Cô ấy không lấy anh vì tiền. Anh biết rõ như vậy. Thế mà anh lại nghĩ đến tiền.

Nếu biết được anh đã tự động gắn kết cô ấy với tiền như thế, dù chẳng theo lô gíc nào cả, cô ấy sẽ cảm thấy còn bị xúc phạm nặng nề hơn.

Cô ấy bỏ đi, đúng lúc anh ở trên những bậc thang cao nhất của quyền lực. Ủy viên Bộ Chính Trị không phải là tầm thường.

Dĩ nhiên, sau đó anh lấp chỗ của cô ấy bằng những người phụ nữ khác, gần như ngay lập tức. Anh đã không kể cho em chuyện đó. Vì sao? Không chỉ là không kể cho em, anh đã tìm cách để làm cho việc đó thành ra không tồn tại, như thế nó không xảy ra. Anh đã xóa nó như xóa một vết bẩn trên áo sơ mi, chỉ bằng thứ bột giặt thông thường nhất. Anh đã xóa bỏ cô ấy bằng một cách thức hết sức đơn giản, anh nghĩ: cô ấy là đồ tồi, một phụ nữ tồi tệ, buồn tẻ và nhàm chán, nhạt nhẽo, chẳng có gì thú vị, lại đã bắt đầu già và nhăn nheo. Ngực đã bắt đầu xệ xuống, bắp chân bắp tay đã bắt đầu nhẽo ra. Đã thế còn bày đặt lý sự, còn dám quy kết phán xét anh. Cô ấy là cái gì mà tự coi mình cao giá như vậy! Bỏ anh ư? Cô ấy đi anh sẽ có cơ hội với những mối quan hệ mới một cách đàng hoàng, chẳng việc gì phải nuối tiếc. Anh không thiếu những cô gái trẻ hơn cô ấy nhiều, đẹp hơn cô ấy nhiều, biết chiều chuộng và ngoan ngoãn hơn cô ấy nhiều. Đầy rẫy xung quanh anh những thiếu nữ mắt nai, tóc nâu, tóc vàng, thời trang bốn mùa, xinh tươi, gợi cảm. Họ lấy ngoan ngoãn và phục tùng làm phẩm chất hàng đầu để đảm bảo mối quan hệ lâu dài với đàn ông sau khi đã dùng thân xác quyến rũ họ. Thiếu gì phụ nữ mà anh phải nghĩ ngợi đau khổ vì cô ấy. Cô là cái thá gì mà dám tỏ ra cao ngạo. Ai trên đời này cũng có thể thay thế cô, cô chả là cái đinh gì. Bày đặt lắm chuyện. Đi thì đi, có sao đâu. Cô ấy chưa đi đã có hàng tá phụ nữ khác thèm muốn địa vị trong gia đình này và sẵn sàng thế chỗ bất kỳ lúc nào. Thậm chí cũng không thiếu các cô đã mất bao nhiêu công sức để quyến rũ anh, và bày bao nhiêu mưu mẹo để gạt cô ấy ra khỏi đời anh. Bước chân ra khỏi nhà rồi đừng bao giờ mong quay lại. Cửa nhà này đã đóng lại với ai thì sẽ không bao giờ mở ra nữa. Cô cứ đi đi. Lúc đó anh nghĩ như vậy, hình dung cảnh cô ấy cầu xin trở về với anh còn anh lại lạnh lùng từ chối. Và anh dẹp cơn sốc của mình bằng những ý nghĩ đó.

Đó là những gì anh vừa nhớ lại được. Tại sao ký ức đó lại là thứ nổi lên đầu tiên trên bề mặt trí nhớ của anh, khi anh kiếm tìm lý do giúp anh có được tình yêu của em?

Anh viết đến đây, nhìn ra ngoài vẫn thấy người đàn ông mặc áo mưa đang kiểm tra, xem xét trên nóc ngôi nhà đối diện. Mưa nặng hạt, anh ta cứ loay hoay tìm kiếm. Hình như trong tay anh ta có một dụng cụ gì đó Anh ta nhấc cái nọ, vạch cái kia, hết xoay rồi vặn, mãi vẫn chưa tìm ra nguyên nhân khiến đồ vật trong nhà bị hỏng. Anh cũng thế, anh chưa thể giải thích tại sao ký ức đó lại là thứ đầu tiên anh nhớ ra. Ly cà phê của anh đã cạn tự bao giờ. Đáy ly đọng lại một vệt màu nâu, màu hoài niệm. Mưa dày hơn, ồ ạt hơn, cánh đồng biến mất dưới một màn trắng đục, những gợn sóng trên sông lượn theo đủ các hướng, dâng cao hơn cả bờ, nhưng không bị tràn ra ngoài. Xung quanh mờ mịt, mắt anh mờ mịt, đầu anh mờ mịt. Bên trong anh có cái gì hỏng hóc. Có lẽ anh phải bắt chước anh chàng kia, đi ra ngoài để tìm kiếm nguyên nhân, phải ra dưới mưa, phải khoác áo mưa mà xem xét. Anh không thể hiểu điều gì trong anh giúp anh giữ được tình yêu của em. Anh sẽ phải tiếp tục tìm kiếm nó, tiếp tục viết cho em, dù chẳng gửi tới em và dù nơi chín suối em không thể nào đọc được những bức thư này nữa.

Một ngày ngõ hầu đã khác

12.

Gửi em,

Đã nhiều ngày trôi qua, đúng hơn, đã gần một năm trôi qua, hôm nay anh mới lại có thể viết tiếp cho em. Sau hồi ức về việc vợ anh ra đi, trí óc đóng băng trở lại. Nó không chịu nhúc nhích động đậy gì nữa. Cứ như thế anh bị bệnh, bệnh gì anh không rõ. Anh cảm thấy cần được chữa trị. Anh cũng không biết phải bắt đầu từ đâu cho cuộc chữa trị này. Ông bác sĩ đã chết từ lâu, hơn nữa, ông ấy đã đẩy anh tới tình trạng này, làm sao ông có thể giúp anh thoát ra được. Anh phải tự mò mẫm, phải tự tìm cho mình các kỹ thuật và các phương pháp trị liệu.

Anh không biết cụ thể chúng sẽ như thế nào. Nhưng anh bắt đầu nhận ra, nhờ đọc lại lá thư anh viết vào cuối năm 2012 xa lắc xa lơ, rằng anh đã rất sợ sự giả dối, anh đã chữa trị cho hết nỗi sợ đó, và rốt cuộc, anh mắc phải đúng cái thứ anh từng sợ. Anh đã vướng vào nó suốt ngần ấy năm trời.

Bây giờ anh mới thật bị bệnh nặng. Làm sao chữa lành căn bệnh này, có ai có thể giúp anh chữa lành căn bệnh này? Anh sẽ cố nhìn lại con người mình. Có lẽ cần bắt đầu từ đó.

Có phải em từng bảo anh: để có thể nói được về tất cả mọi điều, để có thể đối diện với mọi sự thật, cần phải rất mạnh. Mà anh lại yếu ốm như thế này. Một kẻ suốt đời chỉ quen nghe ca tụng là một kẻ yếu đuối nhất trần đời. Hắn không thể nghe một lời nào làm hắn phật ý. Bị nuông chiều bởi những lời đường mật, cơ thể hắn bệu ra dưới những cái vuốt ve ngọt ngào, không có một chút đề kháng nào với sương gió gai góc của sự thật.

Bây giờ anh thừa nhận vị hôn phu của em nói đúng về việc con người anh đã càng ngày càng trở nên đồi bại. Khi anh bay sang viếng mộ em, anh không chấp nhận điều đó. Làm sao một biểu tượng thành đạt và uy tín xã hội đầy mình như anh lại có thể là một con người đồi bại được. Người ta ngưỡng mộ anh, còn anh tự hào về bản thân mình. Lúc đầu anh cho rằng người đàn ông đó ghen tị với anh nên nói vậy. Nhưng suốt một năm qua, anh dần dần thấy ông ta không nói oan cho anh. Chẳng qua anh đã quá giỏi trong việc tự lừa dối chính mình.

Và anh loay hoay với ý nghĩ: để có thể yêu anh bất chấp con người anh càng ngày càng tệ hại như thế, hẳn em đã phải tin vào một điều gì đó trong anh, hẳn em đã phải tin rằng anh vẫn còn có thể cứu chữa được, còn có cái gì đó trong sâu thẳm nơi anh vẫn đáng giá. Anh không biết đó là cái gì, nhưng anh nghĩ nó hẳn phải tốt đẹp, anh cần bám víu vào đó, vào cái điểm cuối cùng nào đó đã giúp anh giữ được tình yêu của em. Thứ anh không còn nhìn thấy, không còn biết đến, nhưng em vẫn thấy nó, vẫn nhận ra nó trong cái đống thối rữa là tâm hồn anh.

Nó là cái gì? Anh sẽ phải đi tìm nó, để hiểu vì sao em yêu anh.

Nhưng còn có thể có gì tốt đẹp nơi anh, nơi cái con người dưới trùng điệp những lớp mặt nạ giả dối và lừa bịp này?

Dù sao anh cũng sẽ cố. Anh sẽ viết cho em để có thể nhìn thấy con người thật của chính mình. Anh cần viết cho em để cắt nghĩa cho anh, phải cho chính anh, vì sao đời anh đã diễn ra theo cách đó, vì sao anh đã chấp nhận đợt chữa bệnh đó. Anh sẽ gắng không nương nhẹ với mình. Anh đã giết em bằng sự giả dối mà ngày xưa anh rất đỗi căm ghét. Chính con người giả dối anh cứ trâng tráo khoe ra trước em đã giết dần em. Anh sẽ gắng hết sức để nhìn thẳng vào nó. Anh biết cái nhìn của con người khúc xạ qua bao nhiêu thứ, đặc biệt cái con người đã bị chôn vùi dưới nghìn tầng dối trá là anh hiện nay. Làm sao anh còn có thể nhìn mình như anh đúng là, như anh chính là, chứ không phải như anh muốn nhìn. Anh biết, rồi anh sẽ tìm mọi cách để tự bảo vệ mình, tự mỹ hóa, tự tô son trát phấn lên cái mặt đàn ông già nhăn nheo của anh. Anh biết anh sẽ không thoát khỏi cái cơ chế tự dối lừa ấy, cái cơ chế tự lừa dối đã hoạt động trong não và tim anh từ bao nhiêu năm nay. Làm sao anh kháng cự lại nổi nó? Những virus giả dối được đưa vào người anh và những virus giả dối nội sinh trong anh phối hợp chặt chẽ với nhau và hoành hành trong cơ thể anh từ lâu lắm rồi, làm sao anh thoát ra khỏi quyền lực giả dối của chúng? Nhưng anh sẽ cố, hết sức có thể. Hãy giúp anh, những lúc anh cố tình tự lừa dối như vậy, hãy nhìn anh bằng đôi mắt thẳng thắn của em.

Có lẽ, vào cái ngày biết chắc mình "khỏi bệnh", anh hiểu mình đã xây xong bức tường trong nội tâm, một bức tường rất vững chắc. Chất liệu là những mảnh lương tâm. Anh đập vỡ lương tâm mình ra thành từng mảnh, khiến cho các ý thức không thể nào kết nối lại với nhau được nữa. Rồi dùng vôi vữa vô cảm trát vào. Em thấy đấy, giữa các mảnh lương tâm trét đầy lớp vữa vô cảm, câm lặng. Mặt ngoài của bức tường, anh trát lên lớp sơn ngụy biện, loại tốt nhất và bền nhất, sơn đâu cũng đẹp như lời quảng cáo, thế là mọi việc hoàn tất. Lương tâm không bao giờ còn lên tiếng được nữa, không bao giờ còn có thể dằn vặt anh nữa. Anh lại có đầy đủ các lý lẽ ngụy biện để biến xấu thành tốt, bất lương thành lương thiện, giả dối thành sự thật. Bức tường hoàn hảo đã được xây xong. Anh dùng bức tường đó ngăn con người thật của anh và con người xã hội, con người sẽ thích ứng với xã hội, con người được trưng ra ngoài xã hội, con người hấp thu mọi tác động xã hội... gọi sao cũng được. Sau một thời gian, anh đạt tới trạng thái thống nhất, anh không còn băn khoăn gì về con người thật của mình nữa. Mọi thứ ở anh đều thật. Anh thấy mọi thứ ở anh đều thật.

Vì sao anh thành ra như thế?

Vào cái thời điểm anh quyết định đi gặp bác sĩ và chấp thuận để cho ông ta điều trị, anh rơi vào một cuộc khủng hoảng trầm trọng, anh bế tắc khủng khiếp. Cuộc đời bủa vây, một tấm mạng nhện dệt bằng toàn những dối trá hạng cao cấp, mỗi sợi lưới của nó giăng mắc một câu chuyện người ta bịa ra để bịp bợm người khác và để tạo ảo tưởng cho chính mình.

Thế giới được cấu thành từ những tín điều lừa mị. Ngay cả những người anh tin tưởng nhất cũng là những kẻ đại bịp. Họ muốn anh thông đồng để làm cho tấn đại kịch của họ hoành tráng hơn mà thôi. Anh chẳng gì khác hơn là công cụ cho sự nghiệp của họ. Anh mang đến cho họ toàn bộ niềm tin của mình, sự ngây thơ và nhiệt tình, và dĩ nhiên cả sự tưởng tượng của anh về nhân cách của họ. Anh đã phát bệnh. Và anh đã tìm cách chữa bệnh.

Anh đang nói gì vậy? Không đâu, em đừng tin.

Anh đang tìm cách tự bào chữa cho mình đấy, đang tìm cách đổ lỗi cho người khác đấy. Em đừng tin.

Người khác dối trá không phải lý do để anh chấp nhận trở nên dối trá. Người khác đồi bại không phải là lý do để anh trở nên đồi bại. Nếu anh bị người ta lừa dối, đấy càng không phải là lý do để anh cũng lại đi lừa dối. Ừ, anh đã quen đổ lỗi cho người khác, anh đã quen phủ nhận trách nhiệm của mình. Ở thời điểm anh nhận ra rằng mình đã bị lừa, anh vẫn luôn có lựa chọn. Anh có thể nói to lên cho tất cả mọi người biết anh bị lừa. Nói to lên anh sẽ giúp những người khác không tiếp tục mắc sai lầm như anh. Lẽ ra anh đã có thể giúp những người khác bằng chính kinh nghiệm đau đớn của mình.

Nhưng anh đã chọn cách trở thành giống như họ. Tại sao? Có lẽ vì anh cảm thấy quá cô độc? Có lẽ vì anh thấy không còn ai xung quanh mình, không ai bảo vệ mình, không ai còn đáng tin nữa? Có lẽ anh cảm thấy bị bỏ rơi và cần được cộng đồng dung chứa? Anh không đủ mạnh để tự tử, anh không đủ mạnh để bỏ lên núi sống một cuộc đời cỏ cây. Anh cũng chẳng đủ mạnh để phát điên. Những người điên, họ phải có cái gì rất mạnh ở trong họ, mạnh đến mức vượt khỏi mọi sự kiểm soát của lý tính. Chẳng có cái gì mạnh mẽ như thế ở trong anh. Và anh bị hút về phía đó, về phía cái xã hội đã ruồng bỏ anh, về phía những người đã chối từ anh, và anh muốn sống cùng họ, ở giữa họ. Chỉ có thể ở giữa mọi người khi trở thành giống như họ, trở thành bình thường. Thời điểm đó, anh cảm thấy mình quá bất bình thường. Tại sao anh không thể kính trọng một người được tất cả mọi người kính trọng? Anh quả thực quá bất bình thường. Rồi anh đã trị liệu. Anh trị liệu để có thể thành công, để có thể đạt tới những chức vụ mơ ước, có nhiều tài sản và quyền lực. Anh trị liệu để anh có thể kính trọng những kẻ đáng khinh. Và để anh có thể trừng phạt những người đáng trọng, mức độ thấp nói xấu họ, mức độ cao hơn sa thải họ, cao hơn nữa thì kết tội để họ phải vào tù. Nếu biết anh như vậy, em còn có thể yêu anh được nữa không?

Nhưng trước khi tới bước trị liệu, anh đã trải qua nhiều giai đoạn. Đây là một trong những điều mà giờ đây ký ức anh có thể gợi lại.

Một buổi chiều mùa hè, khoảng sáu tháng sau khi anh bảo vệ tiến sĩ xong và trở về nước làm việc. Anh nhớ rõ buổi chiều hôm ấy rất nắng, chói chang, ngột ngạt, không có gió. Anh lên văn phòng khoa, gặp cô Phó Trưởng Khoa để nộp hồ sơ cho cái đề tài khoa học cấp trường anh định tiến hành vào thời gian đó. Cô ấy lật đống giấy tờ của anh, xem đi xem lại, không nói gì. Sốt ruột quá anh hỏi: "Chị xem còn thiếu gì không?". Cô ấy ngẩng lên: "Sao?". Anh tiếp: "Nếu đủ giấy tờ rồi thì giải quyết hộ tôi, lát nữa tôi còn phải lên lớp.". Cô ấy nhìn anh: "Anh phải nói 'xin chị cho tôi nộp hồ sơ' mới được".

Người đàn bà đó vừa nói với anh vừa cười, nụ cười không độc ác. Không, cô ấy không độc ác, dù cô muốn đè bẹp anh. Gương mặt nhẹ nhõm của cô trông vẫn có vẻ nhẹ nhõm khi cô nói ra cái câu mà anh hiểu rằng, anh buộc phải hiểu rằng, cô đang muốn anh phải trở về đúng vị trí thấp hèn của mình, rằng anh chỉ có thể có một vị trí thấp hèn mà thôi, dù anh là tiến sĩ được đào tạo ở nước ngoài về. Anh muốn có điều gì, dù rất nhỏ, anh đều phải mở miệng ra xin, và cô ấy có quyền cho anh. Dù chỉ để nộp cái hồ sơ thôi anh cũng phải xin. Và cô ấy cho anh được nộp hồ sơ. Nguyên lý là như vậy đó. Hồ sơ có được duyệt hay không lại là chuyện khác, lúc đó anh phải xin những người khác, những người ngồi trong hội đồng duyệt hồ sơ của anh. Còn giờ đây, vào lúc đi nộp hồ sơ này, anh phải để cô ấy thực hiện cái quyền ban cho. Sai lầm của anh là đã tước mất cái cảm giác ban cho của cô ấy, tước mất cảm giác bề trên của cô ấy, dám kéo cô ấy xuống ngang hàng với anh, hay tự đẩy anh lên ngang hàng với cô ấy, cũng như nhau thôi. Không, cô ấy không độc ác dù cô muốn đè bẹp anh. Khuôn mặt cô nhẹ nhõm, thanh tú. Đôi khi cô có đay nghiến người khác, nhưng chắc không phải vì độc ác. Có thể thế được chăng? Ừ, có vẻ như thế.

Cô thấy bình thường việc anh phải biết ơn cô, kẻ được nắm giữ khoản tiền nhà nước giao, với tư cách là người quản lý. Anh phải bày tỏ lòng biết ơn cô mới cho anh cái cơ hội tiếp cận với phần tiền đáng lẽ dành cho công việc của anh. Mà sao lại đáng lẽ. Lập luận của anh sai. Ngoài anh ra còn bao nhiêu người khác đang chờ tới lượt. Hơn nhau chỉ ở chỗ ai có khả năng thiết lập quan hệ với cô, ai tỏ ra cho cô thấy lòng biết ơn vô bờ bến. Và dĩ nhiên, không chỉ biết ơn suông, ngoài việc biểu lộ lòng biết ơn bằng lời lẽ, đúng như ông bác sĩ nói, lòng biết ơn cũng phải được lượng hóa bằng phong bì. Chính lúc đó anh lờ mờ hiểu ra vì sao trong khoa có những người thường xuyên được làm đề tài nghiên cứu, và có những người hầu như chẳng bao giờ được duyệt. Cô hẳn đã thấy anh quá thể lắm mới quát to vào mặt anh như vậy: "Có xin thì mới cho". Tiếng quát của cô khiến anh bất giác lùi lại một bước. Trong khoảnh khắc, anh sững lại, anh tự thấy mình hèn, sao có thể hoảng sợ vì câu gắt của một phụ nữ như vậy? Để giấu cả nỗi thẹn lẫn nỗi bối rối của mình, anh lùi ra cửa. Anh vừa cảm thấy nhục vừa tự che chắn bằng cách nghĩ rằng cô ấy không cố tình làm nhục anh, rằng đó chẳng qua chỉ là một thói quen. Người phụ nữ lại kêu to: "Anh đi đâu vậy? Có xin không thì bảo?". Anh càng bối rối hơn và đi ra hẳn khỏi cửa, lòng cay đắng biết rằng cơ hội làm đề tài nghiên cứu của anh đã rơi vào tay kẻ khác, kẻ biết xin. Càng bước đi, càng bối rối. Liệu anh có thể là một kẻ không biết xin mà vẫn tồn tại được không, trong xã hội này có chỗ nào dung chứa kẻ không biết xin?

Sau này anh mới đạt tới đỉnh điểm của nghệ thuật "xin mà không xin", cái nghệ thuật khiến cho cả người xin và người cho đều cảm thấy thoải mái. Người cho dĩ nhiên thoải mái với vị thế ban cho của mình rồi, còn người xin cũng phải thấy hãnh diện, thế mới cần đến nghệ thuật chứ. Phải biết xin mới có thể đứng vào vị trí của kẻ cho. Không phải ai đi xin cũng có ngày đứng vào chỗ kẻ đi cho. Nhưng không biết xin thì đừng bao giờ mơ đến lúc có thứ mà cho, đừng có mơ cái hạnh phúc được nắm các thứ trong tay mà ban phát cho thiên hạ. Phép biện chứng xin-cho. Phép biện chứng này cần được các nhà lý luận Mác-Lê bổ sung vào hệ thống biện chứng pháp của chủ nghĩa duy vật biện chứng.

Còn lúc đó anh cảm thấy sao mà nhục nhã. Anh gặm nhấm nỗi nhục của mình trong nhiều tuần liền, đến nỗi sáng thứ hai anh không lên họp khoa, biết rằng anh sẽ phải chạm mặt cô ấy.

Rồi anh đã quen dần với những việc như thế, chúng xảy ra gần như hàng ngày. Mỗi khi anh nhận được cái gì, dù đó là một khoản tiền thưởng còm cõi cho bao nhiêu công sức mà anh đã bỏ ra, dù đó là vài đồng tiền tết mang tính tượng trưng, hơn thế, mang tính sỉ nhục đối với người lao động, nhất lại là lao động trí óc, người ta đều buộc anh phải nhớ rằng họ ban ơn cho anh, buộc anh phải biết ơn họ. Ngày này qua ngày khác, anh phải quen với việc bị đối xử như thế. Anh phải quen với việc biết ơn cái thân phận lệ thuộc của mình, biết ơn cái thể chế đã tròng xích vào cổ mình, biết ơn cái thiết chế đã thuê mình với đồng lương chết đói, biết ơn cái cơ chế chỉ coi con người là công cụ, biết ơn những gì khiến cho nhân tính và nhân phẩm bị hủy hoại. Anh ở trong đống bùn, và anh phải biết ơn những kẻ ngồi trên ngôi cao đã cho anh cái thân phận bùn lầy đó. Cũng từng có lúc anh không chịu nổi mà phát ốm. Anh đã phát tởm, phát nôn. Nhưng rồi thay vì nôn ra ngoài anh lại nuốt đống nôn ấy vào trong dạ dày, dùng chính cái đống nôn mửa ấy mà xoa dịu cơn tởm của mình, để buộc mình phải quen với nó, quen với sự tởm lợm và nỗi nhục nhã. Và như em đã thấy, sau đợt trị liệu anh đã tìm được cách biến nỗi nhục thành một sự tự hào bệnh hoạn, hơn thế, sau đó anh đã giải quyết bằng cách bắt người khác phải chịu đựng chính cảm giác nhục nhã đó, để trả thù cho việc chính mình bị sỉ nhục. Anh đã không thấy rằng như thế thật hèn hạ biết bao.

Cái sự hèn nó mang nhiều dáng vẻ, mang nhiều sắc thái, mang nhiều khuôn mặt. Anh tô son trát phấn lên nó, đeo lên nó cái mặt nạ kiêu hãnh, rồi đến lúc quên mất rằng dưới lớp son phấn đó, dưới lớp mặt nạ đó, thật ra chỉ có nỗi nhục nhã mình phải gánh chịu và bắt người khác phải gánh chịu. Bao nhiêu năm anh đã sống với lớp hóa trang màu mè đó và nghĩ rằng mình bình thường, rằng mình đã được chữa khỏi bệnh. Điều khốn nạn nhất là anh có thể cảm thấy thỏa mãn với tình trạng đó.

Vì sao lại là ký ức về câu chuyện xin cho đó? Tưởng chừng như một chi tiết chẳng có gì quan trọng bởi anh còn nhiều vụ xin cho khác kinh khủng hơn rất nhiều, lẽ ra nó phải chìm lấp trong bao nhiêu chi tiết khác của đời anh, mà giờ đây nó lại được đẩy lên trong bộ nhớ? Tại sao anh không quên được nó tại thời khắc này, thời khắc anh quyết định sẽ không nương nhẹ với chính mình, sẽ đi đến tận cùng mọi ngóc ngách trong nội tâm vốn đã bị che phủ bởi bức tường vô lương và vô cảm? Anh sẽ làm việc này, dù biết rằng phơi bày hết ra như thế sẽ khiến em đau lòng hơn nữa. Nhưng anh nhất quyết làm việc đó, nhất quyết đi tới tận cùng cái góc mà anh đã cố che lấp, đã cố phủ nhận, cố lờ đi. Anh muốn tìm xem cái gì khiến em có thể yêu anh, rốt cuộc anh lại đối diện với những gì đã khiến trái tim em phải đau đớn. Nhưng anh phải đi hết con đường, nếu không có lẽ anh cũng sẽ không tìm ra được cái điểm mà vì nó em đã yêu anh. Hình như cái điểm đó nằm ở cuối con đường này.

NGUYỄN THỊ TỪ HUY

13.

Gửi em,

Nhiều thứ lần lượt trở về trong trí nhớ. Anh cần sắp xếp lại các hồi ức để kể cho em. Chắc sẽ không theo trình tự thời gian. Anh sẽ bắt đầu bằng điều gì đến với anh trước nhất. Anh ghi lại đây trung thực những gì anh đã nghĩ, vào thời điểm xảy ra sự việc, rồi anh sẽ nói cho em biết lúc này đây anh đánh giá việc đó như thế nào, cái nhìn của anh vào thời điểm này, khi viết cho em, là như thế nào. Điều lớn nhất anh có thể làm bây giờ đấy. Mà cũng chẳng dễ chút nào. Lộn trái nội tâm mình ra như thế, nó cũng đòi anh phải tiêu nhiều năng lượng lắm. Còn hơn cả năng lượng.

Anh sẽ kể em nghe câu chuyện về hai vợ chồng người nghiên cứu sinh. Người chồng làm luận án tiến sĩ với anh.

Hai vợ chồng đó ở quê lên. Một năm họ phải chuyển chỗ thuê nhà đến bảy lần. Cả hai đều không có thu nhập ổn định. Bây giờ nhớ lại anh mới nghĩ đến những chi tiết ấy, còn lúc đó, lúc đó anh không quan tâm đến đời tư của họ. Lúc đó anh chỉ biết họ làm anh khó chịu.

Anh đã muốn hành hạ nghiên cứu sinh đó cho bõ ghét. Anh thấy anh ta thật đáng ghét. Luận án của anh ta do anh hướng dẫn, dù công sức hoàn toàn của anh ta bỏ ra nhưng anh vẫn là người hướng dẫn, anh phải đọc hàng mấy trăm trang. Vậy mà anh ta chỉ đưa một cái luận án không. Không kèm theo bất kỳ thứ gì. Thôi, anh phải nói thẳng toẹt, không kèm theo phong bì. Anh cầm cái luận án, lật đi giở lại, giận tím tái vì chẳng thấy gì. Một kẻ vô ơn bạc nghĩa. Không có lấy một chút tình cảm nào. Đã thế cứ ngồi đấy mà chờ. Anh giam luận án của anh ta, không đọc, không nhận xét. Con người đáng thương đó hoảng hồn, nhưng không hiểu tại sao. Thời hạn bảo vệ sắp hết rồi, thầy hướng dẫn mãi vẫn không cho nhận xét. Rồi bạn bè cũng tội nghiệp cho anh ta mà chủ động mách nước. Vợ anh ta còn ngốc đến nỗi không biết bỏ phong bì bao nhiêu cho vừa. Một việc như thế cô ta cũng đi hỏi bạn chồng. Một cặp vợ chồng đần độn. Anh thấy những kẻ đó sao khốn nạn, ngu ngốc quá. Thời buổi này là thời buổi nào mà còn có thể đưa cho thầy cái luận án trống không như vậy!

Rốt cuộc, một buổi tối, sau khi được bạn bè tư vấn, hai vợ chồng cũng mò đến nhà anh. Hỏi han sức khỏe xong xuôi, cô vợ rút trong túi xách ra cái phong bì. Cô ta quê mùa đến mức lúng túng không biết bắt đầu như thế nào, mặt cô ấy hơi đỏ lên, nhưng dưới ánh đèn nê- ông rất khó nhận thấy. Nhà quê cũng chẳng có gì phải ngạc nhiên, cô ta ở quê ra, hay ít nhất cũng ở tỉnh lẻ. Quần áo tóc tai quê một cục. Tóc buộc bằng sợi giây chun, túm lại thẳng đơ phía sau lưng. Áo thun Trung Quốc loại rẻ tiền, bó sát thân trên gầy như con mắm. Sao phụ nữ có thể ăn mặc như vậy chứ. Cô ta còn nói giọng đặc sệt địa phương, cái địa phương vốn dĩ anh rất ghét. Anh chẳng có cảm tình với người ở địa phương đó. Cô gái này khiến anh có thêm lý do để chán ghét. Cô ta cứ như gà mắc tóc, ấp úng mãi. Anh chồng sốt ruột đành đỡ lời cho vợ. Dĩ nhiên, việc của chồng, nhưng theo truyền thống gia đình ở đây những việc như thế bà vợ giải quyết dễ hơn ông chồng. Trường hợp này hơi đặc biệt, cô vợ quá vụng về, không xử lý được. Anh chồng điềm đạm nói:

- Em cảm ơn thầy đã bỏ công sức hướng dẫn luận án cho em. Em biết thầy rất vất vả mà không có cách nào bù đắp được. Bọn em cũng chẳng có nhiều, chỉ là một chút quà mọn biếu thầy.

Lúc đó anh vừa buồn cười cho hai kẻ nhà quê, vừa cảm thấy hả hê trong lòng, hóa ra biện pháp đền dứ này cũng mở mắt cho chúng nó. Anh mát mẻ:

- Có gì đâu, đợt này tôi bận quá, vẫn chưa thu xếp được thời gian để đọc luận án cho anh. Tôi sẽ đọc, anh yên tâm đi.

- Dạ, em hy vọng không phải sửa chữa nhiều, thời gian cũng gấp lắm rồi thầy ạ. Nếu để quá hạn, thủ tục của Bộ rất nhiêu khê.

Anh lạnh lùng:

- Sao bây giờ anh mới nói!

Người nghiên cứu sinh im lặng nhẫn nhục. Thực ra anh ta đã nói nhiều lần, nhưng anh ta không thể nhắc cho thầy hướng dẫn điều đó. Còn anh, dĩ nhiên anh biết rõ, nhưng vẫn phủ đầu như vậy. Với những kẻ không biết điều cần phải tỏ thái độ để lần sau họ biết thân biết phận. Họ phải biết xã hội này không có chỗ cho những kẻ ngông nghênh. Qua sông phải lụy đò. Không chịu lụy đừng hòng qua. Đã tỏ ra một chút ngông nghênh thì anh bắt phải lụy đến chín lần đò mới thôi.

Mà lúc đó anh thấy mình còn kín đáo chán, so với cái cô giáo đi dạy tại chức không bao giờ mang theo hành lý. Mỗi lần đi dạy các tỉnh cô ta đều đi tay không. Đến nơi thông báo cho sinh viên biết rằng cô bị mất vali ở sân bay, hoặc ở bến tàu, bến xe. Và sinh viên cứ thế sắm cho cô từ A đến Z, tất tật mọi thứ cô cần, từ đồ lớn đến đồ nhỏ. Anh tự thấy mình còn lịch sự chán, so với cái cô giáo đòi sinh viên tại chức phải mua nệm, nệm của khách sạn không đủ tốt cho giấc ngủ quý giá của cô. Khi kết thúc khóa dạy, cô cuốn luôn nệm mang về thủ đô. Dù sao anh cũng ở một đẳng cấp khác, không hành xử theo lối trắng trợn và nhỏ mọn như vậy, cái thứ nhỏ mọn vốn là tâm lý làng quê. Chỉ có dân thủ đô mới quê mùa thế kia. Chứ anh, dù sao cũng là công dân của một thành phố được xem như đô thị bậc nhất của cả nước.

Anh đã suy nghĩ và cư xử như vậy đấy. Làm sao em còn có thể yêu anh? Nếu biết rõ như thế, chắc em không thể nào còn yêu anh được nữa, phải không?

Trong các bài giảng của mình, đôi khi anh liên hệ đến Nam Cao. Tất cả những ai trải qua trung học phổ thông đều biết nhà văn này. Anh có trí nhớ tốt và biết sử dụng các tư liệu văn học để làm cho bài giảng hấp dẫn. Anh nói rất hay về tư tưởng của Nam Cao, liên quan đến vấn đề "miếng ăn là miếng nhục". Anh thuộc lòng truyện "Một bữa no", lần nào liên hệ đến truyện ấy sinh viên cũng tỏ ra rất hứng thú. Khi giảng bài, anh phân tích thật tuyệt về việc cái đói có thể làm mất nhân phẩm con người ra sao. Khi hành động, anh làm như thể vẫn còn chưa qua cơn đói suốt mấy ngàn năm của dân tộc. Anh không còn sống trong rơm rạ. Anh có hẳn một cái nhà bốn tầng ngay trung tâm thành phố, có ô tô và người lái xe riêng. Nhưng anh đã sẵn sàng hành hạ một học trò đang phải thuê nhà và chạy ăn từng bữa, để có được cái phong bì. Vì miếng ăn mà anh đã làm nhục người khác và tự hạ nhục mình như vậy đấy. Miếng ăn, phải gọi đúng tên nó như vậy. Phong bì là gì nếu không phải là miếng ăn? Tham nhũng là gì nếu không phải là miếng ăn. Trước đây miếng ăn là nỗi nhục của vài người, bây giờ nó đã trở thành quốc nhục, nỗi nhục của cả một quốc gia. Hình ảnh của quốc gia này gắn liền với tham nhũng, quốc gia này được định nghĩa bằng tham nhũng. Vậy tham nhũng không phải quốc nhục thì là gì?

Anh, lúc ấy đã là giáo sư, nhà giáo nhân dân, anh đã cư xử như vậy. Anh không còn đói nữa. Anh thừa no rồi, còn không biết làm gì với tiền. Nhưng vẫn cứ dùng cái phong bì để sỉ nhục sinh viên và sỉ nhục chính mình. Điều đáng nói, điều cần phải nhấn mạnh: lúc đó anh không nhìn thấy anh, anh chỉ thấy người nghiên cứu sinh thật đáng ghét và vô lễ. Anh không cần quan tâm đến chuyện hai vợ chồng nhà kia sống như thế nào, đang khó khăn ra sao. Trong đầu anh, nghiên cứu sinh có nghĩa vụ phải đưa tiền cho anh, như những nghiên cứu sinh khác. Nhà nước không trả công xứng đáng cho anh, sinh viên phải trả. Sinh viên nào không hiểu điều đó phải bị trừng phạt. Anh đã cho anh ta một bài học.

Người học trò ấy, lúc đó im lặng nhẫn nhục, sau này sẽ bắt học trò của anh ta phải chịu đúng nỗi nhục ấy. Cứ như vậy mà các chu kỳ tiếp diễn. Thực ra chẳng ai còn để ý đến nỗi nhục nữa. Người ta chấp nhận những chuyện đó một cách bình thường. Hơn nữa người ta biến chuyện đó thành tình nghĩa, thành biểu hiện của sự kính trọng. Phong bì càng dày lòng kính trọng đối với thầy càng lớn. Thầy đo lòng kính trọng theo cách đó nên trò cũng cứ thế đáp ứng cho đủ thước đo. Nếu ai đó có tỏ ý phản đối thì ngay lập tức sẽ bị xung quanh cho là cực đoan, và bị tẩy chay. Muốn không cực đoan, không bị tẩy chay, phải chấp nhận tất cả là bình thường. Cơn no của người này được lấp đầy bằng cơn đói của người kia. Hoặc nói cách khác, người này phải chịu đói cho người kia được no. Trò phải chịu đói cho thầy được no, rồi đến khi làm thầy lại bắt trò của mình phải trả. Anh đã quên mất rằng có những mô hình xã hội khác, quên mất rằng anh đã từng được sống trong một môi trường khác, nơi mà người thầy đến hẹn chậm 5 phút thôi là đã xin lỗi học trò, xin lỗi rất chân thành. Và dĩ nhiên, không bao giờ có chuyện phong bì. Anh cũng quên luôn là môi trường này trước đây không phải như thế. Thầy anh ngày xưa đâu có như anh bây giờ. Thầy anh nghèo, nhưng không đói. Còn anh giàu mà vẫn đói.

Có lẽ bây giờ, anh nhận ra một điều quan trọng, khi nhận phong bì, anh không chỉ sỉ nhục học trò, mà chủ yếu là anh tự sỉ nhục bản thân mình. Cô gái nhà quê đó, lúc ấy anh khinh cái sự quê mùa của cô, nhưng đúng ra cô tự khinh mình, nên đã chẳng thể nào nói được gì. Vẻ mặt của cô, sự lúng túng của cô lúc đó, nếu anh muốn hiểu cho đúng, là vẻ mặt và sự lúng túng của một người đang tự khinh bỉ bản thân một cách sâu sắc. Cái nền giáo dục nhà quê của cô chưa bao giờ đặt cô vào một tình huống như thế, chưa bao giờ khiến cô phải tự hạ mình đến như thế. Cô ấy có lẽ còn kinh ngạc, cô đã từng dự các giờ giảng của anh, nên không làm sao gắn kết được những điều anh giảng về đạo đức cách mạng ở trên lớp và việc anh nhổ lên đạo đức con người, trước mặt cô, ở nhà anh. Cô gái quê mùa ấy, từ đó về sau, không bao giờ đến nhà anh nữa. Chồng cô ta đến một mình. Nhưng anh hơi đâu mà đi để ý chuyện đó, giới giao thiệp của anh toàn các nhân vật quan trọng, làm sao anh thèm quan tâm việc vợ một sinh viên cũ có đến nhà anh nữa hay không. Chính lúc này đây, viết cho em, bộ nhớ của anh mới lưu ý việc này. Không hiểu sao, anh nghĩ rằng cô gái đó chẳng bao giờ gột rửa được hết chất nhà quê.

Anh làm cho tất cả mọi người đều bị sỉ nhục. Trên hết, anh tự coi thường bản thân, anh đánh mất lòng tự trọng và danh dự của mình. Anh, một kẻ ngắc ngoải no ở thời hiện đại. Ngắc ngoải bởi anh không ăn no một lần rồi chết như bà già trong truyện "Một bữa no". Anh tự điều tiết cơn no của mình trong không gian vô đáy của lòng tham, và giết chết nhân phẩm của nhiều thế hệ sinh viên.

Cùng với nó, cùng với cái phong bì ấy, lòng tự trọng mất dần theo năm tháng. Vì sao người ta không còn bộc lộ lòng tự tôn dân tộc hay tự trọng cá nhân? Người ta bị sỉ nhục và tự sỉ nhục mình mỗi ngày, đến mức lòng tự trọng biến mất lúc nào không hay? Không còn tự trọng cá nhân thì cũng không còn tự tôn dân tộc. Cái thước đo này ít nhiều tin được: những ai còn bộc lộ sự đau lòng và nỗi lo lắng cho an nguy của quốc gia, những ai còn hành động, dù ít hay nhiều, để bảo vệ an ninh quốc gia và hình ảnh quốc gia, những người ấy chắc chắn còn giữ được sự tôn trọng đối với chính họ. Những người ấy biết tôn trọng chính bản thân họ, những người ấy còn biết tôn trọng các giá trị cá nhân của mình. Nếu con người chẳng coi cá nhân mình là một giá trị, thì quốc gia cũng chẳng còn giá trị nào khác ngoài là một chỗ dung thân, một nơi để tồn tại, để kiếm chác. Quốc gia ấy độc lập hay lệ thuộc, người ta chẳng cần phải bận tâm. Kiếm chác xong rồi, đủ rồi, người ta sẽ tìm cách chuồn, con cái chuồn trước bản thân mình chuồn sau, còn quốc gia ấy, muốn ra sao thì ra. Những người còn cảm nhận được nỗi nhục của dân tộc là những người còn chưa đánh mất tự trọng cá nhân. Bây giờ anh tin như vậy. Bây giờ anh thấy hai thứ đó gắn kết với nhau, tự trọng cá nhân và tự tôn dân tộc.

Anh đã cố để làm một người bình thường, đến mức quên rằng mình cũng từng có một giá trị, quên rằng bản thân anh đã từng là một giá trị, đến mức quên rằng bản thân anh cũng từng biết nhục, từng biết trọng mình và trọng người.

Anh đã cố để làm một người bình thường, đến mức lấy sự khinh bỉ chính mình làm điều kiện để tồn tại, và hơn thế, làm điều kiện để thăng tiến.

Thực ra phong bì là chuyện thường ngày ở huyện, anh không thể nào tính nổi số phong bì anh đã cầm, nhưng tại sao câu chuyện về hai vợ chồng người nghiên cứu sinh đó lại ám ảnh anh vào lúc này? Có phải vì lúc đó anh ta nghèo? Không hẳn, anh còn lấy tiền của những học trò nghèo hơn anh ta. Và các vụ làm ăn của anh đều đáng giá gấp ngàn lần cái phong bì còm cõi của anh ta. Anh không rõ trí nhớ chọn lọc các tình tiết của quá khứ theo cơ chế nào. Chỉ biết câu chuyện ấy cứ nổi lềnh bềnh trong ký ức anh.

Điều đáng nói, dù anh như thế, sinh viên vẫn luôn bày tỏ lòng kính trọng đối với anh, vẫn luôn ca ngợi anh. Đồng nghiệp cũng thế, họ luôn ngợi ca anh.

Sinh viên phải ca tụng thầy, dù thầy họ có như thế nào. Đến khi họ trở thành đồng nghiệp của ông thầy, họ lại càng phải tán tụng ông thầy đó nhiều hơn. Bởi lẽ họ là học trò của ông ấy, và một phần, chính họ đã biến ông thầy thành ra như vậy, dĩ nhiên cũng phải nói rằng ông thầy đã chấp nhận để họ biến mình thành ra như thế. Đa số các ông thầy chấp nhận điều này, cũng có những ông thầy không chấp nhận, nhưng số ấy ít thôi. Thừa nhận thầy có khuyết điểm này nọ chẳng khác nào họ tự nhận lỗi là của họ. Không thể được. Họ không bao giờ có lỗi. Vậy để họ được trong suốt, thầy của họ cũng phải trong suốt, họ muốn được kính trọng thì thầy của họ cũng phải được kính trọng. Họ đưa thầy lên mây xanh, đội lên đầu thầy vòng nguyệt quế. Họ hy vọng bằng cách đó, đến lượt mình, họ sẽ nhận được thái độ tương tự của học trò họ. Các thế hệ sau sẽ tiếp tục đưa họ lên mây, bất chấp họ đã sống và làm việc như thế nào, bất chấp họ có vô trách nhiệm và vô luân đến mức nào.

Một mặt họ không phán xét, mặt khác họ ca tụng. Rút cục người ta chỉ còn nhìn thấy mặt tốt của nhau, người ta chỉ còn biết ca tụng lẫn nhau. Trong khi tất cả đều tốt đẹp và đều đáng được ca tụng như vậy, nền giáo dục xuống cấp hơn bao giờ hết. Thế đó, chất lượng giáo dục xuống thấp, hệ thống giáo dục suy thoái, nhưng những người làm việc trong hệ thống giáo dục vẫn được ca tụng, thành tích càng ngày càng nhiều. Sao có thể như vậy được? Có thể đấy. Mọi việc đều có thể. *Những người bình thường không biết rằng mọi việc đều có thể.*

Anh được miễn trừ hết mọi phán xét. Đúng hơn là tai anh được miễn trừ hết mọi phán xét của người đời. Và bản thân anh tự miễn trừ cho mình mọi phán xét của lương tâm. Còn sau lưng anh, họ muốn bình luận gì, cứ tha hồ, tai liền miệng họ nói cho nhau nghe và cho chính họ nghe. Họ cứ chê trách theo kiểu ấy cả ngàn năm cũng chẳng thay đổi được gì, chẳng ảnh hưởng gì đến anh. Thực ra, nếu người ta chỉ dám xì xào sau lưng anh mà không dám nói thẳng, là bởi họ cũng làm bậy làm bạ, chỉ có điều có thể ở mức độ thấp hơn, họ kiếm chác được ít hơn anh, họ trâu buộc ghét trâu ăn. Anh biết thừa. Chứ nếu họ kiếm ngang ngửa với anh chắc họ cũng im. Có khi còn làm bạn với anh. Thành bạn rồi sẽ không còn chuyện phán xét nhau nữa. Mọi thứ thơm tho hết. Vả chăng, đã cùng hội cùng thuyền, đã làm y chang nhau, còn có gì phải cự nự. Mâu thuẫn chỉ nảy sinh khi có sự bất bình đẳng về quyền lợi, khi người này ngoạm miếng to hơn người kia thôi chứ. Một người có thể phản đối tiêu cực, chống lại sự tham nhũng, nhưng khi người đó là bạn anh, anh có thể tham nhũng thoải mái mà không bị người đó chống lại. Em biết không, làm bạn, điều này quan trọng lắm. Nếu không phải là sếp, không phải là người trong gia đình thì nên cố gắng trở thành bạn, càng có nhiều bạn ta càng ít bị đánh giá.

Anh là như vậy đó em.

Anh không hiểu tại sao em còn yêu anh. Vì em không biết hết những việc anh đã làm, phải không? Có lẽ anh đã không tồi tệ đến như thế nếu anh bị sinh viên và đồng nghiệp chỉ trích, nếu anh bị pháp luật trừng phạt. Nhưng pháp luật không đụng đến anh, sinh viên và đồng nghiệp tụng ca anh, báo chí đưa anh lên thành biểu tượng, và kết quả, thiên hạ ngưỡng mộ anh. Làm sao anh còn thấy được mình là ai. Nếu anh không biết về cái chết của em...

Con người yếu đuối lắm, không bao giờ hết yếu đuối, nó cần bị phán xét mới có thể trở nên mạnh mẽ được, nó cần tự phán xét để có thể trở nên mạnh mẽ.

Đã bao nhiêu ngày trôi qua. Anh đọc đi đọc lại những lá thư gửi em, xem đi xét lại những việc anh đã làm, những ngày anh đã sống, những tâm hồn trong trắng bị anh lừa dối, những trí tuệ non trẻ bị anh hủy hoại. Anh vẫn chưa tìm thấy nó, chưa tìm thấy cái lý do khiến em có thể yêu anh.

14 .

Gửi em,

Anh đang tìm cách tự chữa cho mình, nhưng anh biết là không thể. Có lẽ anh chỉ làm được một việc duy nhất: nhìn lại cuộc đời anh trong ánh sáng của sự thật, đập vỡ bức tường kiên cố do anh xây lên bằng vôi vữa dối trá và gạch đá ảo tưởng, để mở một lối vào cái mình tăm tối của anh. Nhưng anh không chắc sẽ làm được điều đó. Cái gì là sự thật đây? Anh đã sống quá lâu trong thứ ánh sáng nhân tạo và lừa mị, giờ đây muốn đến được với mặt trời chân lý, quả thật không dễ dàng. Anh hầu như đã mất khả năng phân biệt ánh sáng tự nhiên và ánh sáng nhân tạo. Anh lấy nhân tạo làm tự nhiên và tự nhiên làm nhân tạo. Đèn nê- ông đối với anh tỏa ánh sáng của mặt trời rực rỡ, và mặt trời là cái đèn pin với luồng sáng hạn chế, yếu ớt, chỉ soi được cái vùng xung quanh cổ tay anh mà thôi.

Trên khắp cơ thể anh, không còn một tế bào nào sạch nữa, không còn một tế bào nào trung thực nữa. Tất cả đều nhiễm virus giả dối, nhiễm nặng. Tất cả mọi tế bào đều mang trong nó virus giả dối. Đến mức anh có thể nói lời yêu với bất kỳ phụ nữ nào anh ngủ cùng. Khi đến nhà nghỉ cùng với một gái mại dâm, người ta không nhất thiết phải nói ra từ yêu, ai cũng hiểu rằng đấy đơn thuần chỉ để giải quyết nhu cầu sinh lý. Nhưng anh có thể nói lời yêu với mọi cô gái bán dâm. Vì như thế anh có thể làm cho các cô cảm động mà yêu anh chăng? Anh biết các cô gái bán dâm là những người muốn được yêu nhất trên đời này, họ thừa các tiếp xúc thể xác và thiếu tình yêu. Một biểu lộ tình cảm nhỏ nhoi cũng khiến họ cảm động. Con người bị coi rẻ đến tột bậc lại sẽ dễ dàng cảm động khi có ai đó có một cử chỉ quan tâm đến họ. Anh hiểu điều này rất rõ. Anh đã từng phát khóc trước một vài biểu hiện tôn trọng của người nào đó, vào cái thời kỳ anh cho rằng bị rớt xuống đáy cùng của xã hội. Con người càng bị coi rẻ càng muốn được yêu mến, càng muốn được trải nghiệm cảm giác được người khác yêu mến.

Nhưng còn anh, khi đã có đủ mọi thứ, sao anh phải phung phí lời yêu dối trá như vậy? Anh cần được yêu, càng được nhiều người yêu càng tốt? Một vài cử chỉ, một vài lời nói, nhất là chút xíu lợi ích nào đó, anh không tiếc, anh muốn có được sự biết ơn và lòng yêu mến của rất nhiều người.

Anh chơi trò mua bán quá lâu rồi. Mua người khác và để cho người khác mua mình. Quy luật của trò chơi quyền lực ở đây đấy. Mua bằng tiền và khoác lên tiền lớp lụa tình cảm. Tình yêu mến trong trường hợp này, như em đã nhận thấy, chỉ là cái vỏ bọc, tấm màn che dấu đằng sau nó sự lợi dụng lẫn nhau, liên minh về lợi ích dấu dưới lớp mặt nạ yêu mến đó.

Càng nhiều tình cảm mua được càng ít tình cảm thật. Và càng thiếu tình cảm đích thực anh càng khao khát nó, anh lấy số lượng biểu hiện thay thế cho tình cảm đích thực.

Anh tự bán mình, anh bán anh, từng ngày từng ngày. Anh mua người khác và bán mình. Mua và bán là mặt phải và mặt trái của một tờ giấy. Khi mua cũng là lúc người ta bán. Người ta tự bán mình trong khi mua người khác, và người ta để cho người khác mua mình. Ròng rã như vậy suốt bao năm rồi. Bây giờ anh mới hiểu vì sao vợ cũ của anh nói rằng cô có cảm giác phải làm điếm khi ngủ với anh.

Còn có những sự mua bán anh không thể nào nói ra, dù chỉ nói riêng với em, dù chỉ nói với bản thân mình. Anh không thể, anh chưa đủ can đảm tới mức đó. Những vụ mua bán không còn ở trong phạm vi cá nhân, trong phạm vi tổ chức hẹp hay trong phạm vi quốc gia. Những vụ mua bán mà hậu họa khôn lường và khủng khiếp, ai cũng nhìn thấy rõ hậu họa, nhưng rồi chúng vẫn được tiến hành.

Không, anh không thể nói về những vụ mua bán đó.

Giờ đây anh sợ "tình yêu mến". Anh phải đặt mấy chữ đó trong ngoặc kép, dĩ nhiên, anh thừa biết đó không phải tình yêu mến thực sự. Người ta dùng nó để dung thứ cho tội lỗi của người khác và của chính mình. Một sự thỏa thuận rằng người này sẽ im lặng để người kia làm bậy. Người này sẽ ủng hộ người kia làm bậy và đổi lại cũng sẽ được người kia ủng hộ và im lặng trong bất kỳ trường hợp nào. Sự bảo vệ lẫn nhau, bảo vệ thanh danh của cả người này và người kia. Tình yêu mến như vậy là một cái áo chung khoác cho tất cả mọi người trong một tổ chức. Họ đồng lòng bảo vệ lợi ích của tổ chức và lợi ích của mỗi thành viên trong tổ chức đó.

Cái áo khoác mỹ miều ấy choàng lên mọi quan hệ mua bán. Than ôi, chính cái "tình yêu mến" đó đã giết chết xứ sở này. Một trong những cái mụn lở loét của cái cơ thể bẩn thỉu và đầy ung nhọt. Cái mụn lở loét hôi thối ấy được bọc kín trong lớp vải đẹp đẽ của "tình yêu mến". Điều này giải thích tại sao người ta có thể tự thỏa mãn, tự hài lòng, bất chấp các vấn nạn mỗi lúc một trầm trọng hơn.

Hình như lúc này anh hiểu tại sao có nạn đại hồng thủy trong kinh thánh, tại sao thành Sodom lại bị Chúa thiêu trụi. Con người băng hoại đến một mức nào đó sẽ không cứu chữa được nữa. Con người của anh đây, anh muốn lắm mà biết rằng không cách nào chữa khỏi. Huống hồ cả một xã hội như thế, chữa trị sao đây?

Cái nhà ông viết luận văn thuê ấy nói đúng: sự nghiệp của anh đúng là tiêu thật. Anh có vô số chức vụ, thuộc loại cao cấp, anh có danh giáo sư, anh có gần như đủ hết mọi thứ mà một người làm nghề anh ao ước, nhưng không có sự nghiệp. Sự nghiệp của một người cầm bút, mà anh mong muốn thuở ban đầu, đã chết cùng với sự thành đạt của anh trên các nấc thang xã hội. Anh có sách mà không có công trình. Anh chỉ còn nói lảm nhảm và viết lảm nhảm. Lúc đầu anh viết những bài báo, những cuốn sách, nói theo kiểu dân gian là bỏ hàng tấn muối vào đấy cũng không hết nhạt nhẽo. Chẳng có một ý tưởng nào của riêng anh, chẳng có sự mạnh mẽ của tư tưởng và chẳng có nhiệt huyết của tình cảm. Nhờ những cuốn sách nhạt nhẽo đó anh được phong phó giáo sư, rồi giáo sư. Còn sau đó, em biết đấy, đỉnh cao đậu ở *Trí thức ca.* Anh đã làm hại bao nhiêu thế hệ sinh viên, làm hại bao nhiêu người. Anh đã sản xuất ra những cái loa, để rồi dùng chúng phổ biến bài hát ru thê thảm của mình, làm suy yếu hàng bao nhiêu thế hệ.

Chẳng có cuốn sách nào của anh là sản phẩm trí tuệ của riêng anh hết. Chúng chỉ đơn thuần xào đi xáo lại. Những sản phẩm ăn cắp văn, ăn cắp ý tưởng. Chỉ có điều anh xào xáo giỏi nên người ta không phát hiện ra anh đạo văn. Xào xáo có gì khó đâu. Ví dụ, trong nguyên bản, người ta viết: "A mạnh hơn B", anh chỉ cần sửa thành "B yếu hơn A", thế cũng xong. Đề tài người khác là "Con đường tiến lên chủ nghĩa xã hội", anh sẽ sửa thành "Lộ trình kiến tạo chủ nghĩa xã hội", nghe vừa mới vừa có vẻ học thuật. So với chán vạn những GS bê nguyên từng đoạn văn của người ta vào công trình, anh như thế cũng tử tế chán.

Anh đã từng đưa một anh chàng bị đánh nặng về tội đạo văn lên làm trưởng khoa. Nguyên tắc chọn lãnh đạo đấy, càng nhiều tì vết càng dễ nắm và dễ điều khiển, đồng thời càng tì vết càng chai lì với những chỉ trích của xã hội. Không có khả năng chai lì trước các chỉ trích không làm lãnh đạo được. Ngay từ khi mới khỏi bệnh anh đã hiểu rằng lương thiện và trung thực sẽ không được cất nhắc. Những người lương thiện và trung thực chỉ gây rắc rối mà thôi. Bộ máy cần có những người biết "làm ăn" và biết "để yên cho người khác làm ăn". Mà "biết làm ăn" trong giáo dục đại học bao hàm luôn cả biết đạo văn. Đào tạo như thế này, chỉ cho phép sản xuất ra loa thôi, buộc phải tụng niệm mãi một bài kinh ấy thôi, tụng niệm từ thế hệ này qua thế hệ khác, tụng niệm bằng cách đọc chép, thầy đọc cho trò chép lại (mà đọc có khi còn chưa chắc đã chính xác), không được phép suy nghĩ, đến cách tư duy còn không biết, đầu óc làm sao có thể sản sinh ra được ý tưởng mới? Lấy đâu ra ý tưởng mới, không đạo văn sao có công trình, sao có công bố, sao có thể được phong PGS, GS? Đến cả đạo văn mà còn không biết làm thì chẳng làm được gì hết.

Đạo văn, một tất yếu lịch sử. Đạo văn, hệ quả tất yếu của nền giáo dục này. Bản thân việc đọc chép chính là một hình thức đạo văn chứ còn gì nữa. Làm gì có chủ thể giáo dục. Nói "lấy học sinh làm chủ thể" là nói cho vui, bôi ra thành chương trình để các ông giáo học pháp hợp thức hóa tiền của nhà nước vào túi mình. Chứ thực tế, thầy không phải chủ thể mà trò cũng không phải chủ thể. Chỉ có một chủ thể duy nhất: ông Bộ Giáo dục. Và chủ thể duy nhất này là hiện thân của đường lối chính sách chung của đảng và nhà nước. Có thể nói nếu bên công giáo có tam vị nhất thể, ở đây có nhị vị nhất thể vậy. Đảng và Bộ tuy hai mà một, tuy một mà hai. Thế nên trong từ điển sau cách mạng xuất hiện từ mới: "đảng bộ". Đảng đi liền với bộ, mà

Bộ là hiện thân của đảng. Bộ nào cũng thế, chứ chẳng riêng gì Bộ Giáo dục.

Cái chủ thể của ông Bộ ấy áp lên toàn bộ nền giáo dục từ ngoài bắc vào trong nam. Quá trình giáo dục chỉ còn là việc truyền bá cái chủ thể duy nhất ấy mà thôi, truyền bá một cách hùng hổ qua quá trình đọc chép.

Đọc chép, một tất yếu lịch sử. Đôi khi thầy cô cũng ra câu hỏi cho có vẻ thảo luận, nhưng kết luận đã được hướng về một phương duy nhất, đã định sẵn, học sinh nào phát biểu ra ngoài cái hướng ấy sẽ bị nhận điểm không, bị thầy cô phản bác. Có thế thôi. Thảo luận trên lớp chẳng qua cũng chỉ cho có cái hình thức dân chủ. Nó hoàn toàn y chang việc lấy góp ý sửa đổi hiến pháp vậy. Lấy ý kiến cứ phải lấy, không lấy thì biết tiêu tiền bằng cách nào, chứ lấy xong rồi quốc hội cứ giữ nguyên ý mình, đố dân làm gì được. Ở lớp học có khác gì đâu, học sinh phát biểu cứ phát biểu, kết luận đã được thầy cô chuẩn bị sẵn rồi. Thảo luận chỉ là màn dân chủ trá hình cho việc đọc chép diễn ra một cách suôn sẻ hơn tí chút. Đã tham gia vào quá trình đọc chép đó còn có thể làm gì khác ngoài đạo văn. Đạo văn hợp pháp, đạo văn được cho phép, được bảo lãnh. Đạo văn ư, có gì đâu mà phải ngượng, có gì đâu mà phải xấu hổ.

Nhưng có đôi chút khác biệt giữa việc đạo văn để lấy điểm trong lớp học và đạo văn để công bố thành công trình. Đạo văn để lấy điểm trong lớp học cho phép người học có được cái bằng, còn đạo văn để công bố cho phép người ta trở thành tác giả, trở thành nhà nghiên cứu, nhà khoa học. Chỉ có chút khác biệt đó thôi. Những người biết và dám đạo văn để công bố mới thực đáng mặt làm lãnh đạo. Chẳng có gì khó hiểu khi thỉnh thoảng báo chí lại đưa tin hiệu trưởng trường nọ, hiệu trưởng trường kia đạo văn.

Đạo văn cũng giống như tham nhũng ấy mà. Đạo văn chính là tham nhũng ý tưởng. Không đẻ ra được ý tưởng thì phải tham nhũng của người khác, phải lấy ý tưởng của người khác làm của mình. Chứ còn biết làm sao? Tham nhũng tiền bạc, tài chính cũng có cùng một cơ chế ấy thôi. Không sản xuất ra được gì, không đủ năng lực làm ra tiền, mà lại phải sống, xây nhà, mua ô tô, cho con cái du học, nuôi bồ xinh đẹp, nên phải tham nhũng, phải lấy tiền của nhà nước và của người khác làm của mình. Chứ còn biết làm sao? Tham nhũng dĩ nhiên là một tất yếu lịch sử, hệ quả tất yếu của nền chính trị muôn vị nhất thể này. Muốn làm lãnh đạo không thể không biết tham nhũng. Muốn làm lãnh đạo giáo dục phải biết kết hợp hai trong một: tham nhũng và đạo văn.

Khi anh không còn làm chuyên môn được, khi anh biết rằng các bài viết của anh, các cuốn sách của anh chỉ để làm cái loa tuyên truyền cho những chủ trương vừa hài hước vừa phản động, kìm hãm sự phát triển, anh lại càng cần những lời tán dương, tâng bốc. Những lời tụng ca đó giúp anh quên đi cái tồi tệ của ngòi bút và con người anh. Người ta phải có lý do để khen mình, để ngưỡng mộ mình chứ, nên chẳng có gì mà băn khoăn. Lâu lâu nếu không được trực tiếp nghe ai tán tụng, anh lại tìm cách nào đó, tổ chức một bữa tiệc, gọi mọi người đi nhậu, viết một bài đầy những lời hoa mỹ kêu gọi chấn hưng văn hóa và giáo dục... Tác dụng ngay lập tức và rõ rệt, xung quanh anh lại tràn đầy những lời chúc mừng dễ chịu.

Rất nhanh anh nhận ra rằng nếu anh cứ nói những lời tốt đẹp mang tính công thức, chung chung, dạng như các châm ngôn, anh sẽ được tất cả mọi bên kính trọng. Cho dù anh làm gì, làm như thế nào trong thực tế, miễn là anh có thể viết những diễn ngôn đẹp, với các ngôn từ kêu vang, anh sẽ thu phục được lòng người. Cả bên thống trị lẫn bên bị trị. Cả phe độc tài lẫn phe dân chủ. Những diễn ngôn mà em cấp cho cái tính từ "long lanh" ấy.

Bằng những diễn ngôn long lanh đó anh kêu gọi người khác làm những việc anh không làm. Anh chẳng cần cảm thấy xấu hổ gì cả. Khắp nơi, ai ai cũng kêu gọi người khác làm cái điều mà họ không làm. Ai ai cũng chờ đợi người khác làm cái điều mà họ không làm. Và những người được kêu gọi đều hiểu, đều biết rằng người kêu gọi chẳng hề thực hiện điều mình kêu gọi. Do vậy, họ nghe rồi để đó. Trong thực tế, họ làm theo những gì mà người kia làm, và bỏ quên những gì mà người kia kêu gọi. Giống như các bài học trong nhà trường, những bài học tuyệt hay và tuyệt đẹp, nhưng thi xong học trò quên hết, để lại hết trong sân trường, họ sẽ quên các bài học để nhanh chóng bắt chước hành động thực của các thầy cô. Thế hệ này qua thế hệ khác, người ta tiếp tục viết và phát biểu những diễn ngôn tuyệt đẹp, và người ta cũng tiếp tục thực hiện những chuyện bẩn thỉu. Phủ khắp sách vở báo chí là những diễn ngôn chứa những điều hay ho tốt đẹp. Và phủ khắp đất nước là hậu quả thê thảm của những hành động tồi tệ và xấu xa. Người ta vẫn không ngừng sản xuất những diễn ngôn đẹp đẽ. Anh là một trong những người rất giỏi sản xuất các diễn ngôn thuộc loại này. Anh luôn chói sáng trên các mặt báo và mặt TV nhờ những phát biểu kiểu đó. Anh đã khai thác tối đa các lợi ích của chúng. Và anh càng tỏa sáng, càng được ngưỡng mộ, thực tế càng đen tối hơn. Nhưng anh chẳng quan tâm đến thực tế, anh chỉ cần sống với các diễn ngôn là đủ. Diễn ngôn mang lại cho anh danh tiếng và tiền bạc, còn thực tế, nó như vậy, làm sao cải tạo được, tốt nhất anh đừng đụng đến thực tế.

Khi có ai đó muốn làm điều gì đó, ngay lập tức anh ngăn lại: "Thôi quên đi, chẳng làm được gì đâu". Anh luôn lặp lại mệnh đề đó khi cần: "Chúng ta chẳng làm được gì đâu". Bằng cách đó đưa sự chấp nhận và phục tùng lên thành nguyên lý. Anh nâng sự bất lực lên thành nguyên lý và bắt người khác phải bất lực.

Không, anh nói dối đấy. Thực ra, khi nói như vậy anh đang tiếp tục tự lừa dối mình, và lừa dối em nữa. Anh không đụng đến thực tế, không phải vì không thể cải tạo nổi nó, mà vì, chủ yếu là vì, thực tế đó giúp anh trục lợi. Siêu thu nhập của anh được đảm bảo nếu thực tế tiếp tục được duy trì như thế. Thay đổi nó đi, quyền lợi của anh cũng sẽ mất đi ít nhiều, mất đi rất nhiều. Sự thực là như vậy đó em. Anh sẽ không làm gì để thay đổi thực tế, trái lại cố tận dụng tình thế làm lợi cho bản thân. Nhưng nếu có những thay đổi mà không ảnh hưởng gì đến anh, thậm chí còn có lợi, thì anh chẳng hẹp hòi gì mà không ủng hộ.

Thực ra anh không hề quan tâm đến cải cách, đến phát triển, đến đạo đức... Anh phải nhắc đến cho có vẻ cấp tiến, chứ những thứ đó thật vô tích sự đối với anh. Khi anh đã mặc cái áo sơ mi giá 12 triệu đồng, rửa mặt trong cái lavabo giá 60 triệu đồng, đã tắm trong cái bồn giá 100 triệu đồng, ngủ trên cái giường giá 200 triệu đồng, đi cái xe ô tô giá 4 tỷ đồng, ở trong ngôi nhà 12 tỷ đồng... , cứ thế kéo dài danh sách, thì có ai lên giọng đạo đức anh chỉ còn thấy buồn cười. Đạo đức chỉ dành cho những kẻ đói ăn. Chỉ có những kẻ không có tiền mới phải lấy đạo đức ra hãnh diện. Thỉnh thoảng đọc trên tờ "Luồng sáng" thấy một con mẹ nhà quê giảng giải về đạo đức, anh biết ngay con mẹ ấy gặp khó khăn về tài chính. Có thể không phải nhà quê, nhưng cứ hễ ai ra giọng đạo đức là lập tức trở thành nhà quê. Đầu anh thò ra phía trên cái áo sơ mi giá 12 triệu, và những ý nghĩ trong cái đầu ấy như thế đấy. Em có tin nổi không? Anh đã nghĩ như vậy. Sao em còn có thể yêu anh?

Anh phải nói thật với em, đứng ở những vị trí mà anh đang đảm nhiệm, anh không thể nhân đạo, không thể có trách nhiệm, nếu sự nhân đạo và hành động có trách nhiệm ấy đi ngược lại với lợi ích của tổ chức. Chỉ cần anh tỏ ra có trách nhiệm thôi là cả bộ sậu của anh sẽ phối hợp lại với nhau và hất anh ra ngoài. Vậy anh phải lựa chọn, hoặc là vô trách nhiệm và chia chác lợi ích với cả nhóm, hoặc là có trách nhiệm và tự loại mình ra ngoài. Còn đấu tranh chống tiêu cực thì không thể, anh đã thề trước cờ rằng sẽ không làm gì để hại đến tổ chức. Phê bình nội bộ còn chấp nhận được, chứ đấu tranh công khai không bao giờ được, vì như thế có nghĩa là phản lại tổ chức. Tuy nhiên, để mị dân, anh lại phải công khai kêu gọi đấu tranh chống tiêu cực. Và hễ có người nào chống tiêu cực thật, anh liền sa thải hoặc cho dựng lên các vụ án để bỏ tù. Được phép kêu gọi nhưng cấm làm thật. Sống chết gì cũng phải bảo vệ tổ chức, mà cách bảo vệ tốt nhất là tổ chức luôn giữ vững danh hiệu trong sạch và vững mạnh. Được phép kêu gọi, bởi kêu gọi muốn nói rằng tiêu cực diễn ra ở đâu đó, không liên quan gì đến tổ chức của anh. Không được phép làm thật, vì làm thật chứng tỏ rằng có tiêu cực trong tổ chức của anh. Không, điều đó không thể xảy ra. Tổ chức của anh phải luôn vững mạnh và trong sạch.

Tổ chức của anh luôn trong sạch và vững mạnh. Danh hiệu thi đua năm sau cao hơn năm trước. Anh lại rất giỏi giang. Nhân viên của anh cũng giỏi giang. Vậy sao người ta cứ nói hoài chuyện giáo dục xuống cấp nhỉ? Thật vô lý! Anh có thể đưa ra hàng trăm cái lý để chứng minh rằng mọi thứ đều rất tốt, rất hoàn hảo, rằng thành tích rất đáng kể. Vậy đó em. Với những kẻ có đầy đủ lý lẽ để tự lừa dối bản thân mình, người khác đừng mong có thể thuyết phục được.

Bây giờ có lẽ anh hiểu vì sao em ngừng trả lời anh. Lý lẽ có thể giúp một người mù quáng tỉnh ngộ, nhận ra sự thật. Lý lẽ có thể giúp một người lầm lạc nhận ra sai lầm. Nhưng lý lẽ không thể giúp gì cho những người cố tình mù quáng. Họ đã chuẩn bị sẵn hết các lý để đập lại, hoặc lờ tịt, không thèm đếm xỉa đến lý lẽ.

Bây giờ anh phải nói thế này: những người dân đáng thương, họ bị lừa, và họ tin, rồi họ sẽ tỉnh ngộ. Có thể hơi lâu, nhưng họ sẽ tỉnh ngộ. Còn đám trí thức như anh hiểu rõ mọi thứ nhưng tự nguyện để cho người khác lừa mình, tự lừa dối mình, và đi lừa người khác, rất ít có khả năng tỉnh ngộ. Không phải là không tỉnh, mà không muốn tỉnh, do đó không thể tỉnh được. Bọn anh có đầy đủ phương tiện để tự lừa dối mình và lừa dối người khác. Có một số tỉnh, nhưng cứ nằm lỳ trên giường, không dậy được. Họ cứ thế ở trên giường mà đi tiếp cho đến tận cuối đời.

Một khi đã đứng vào hệ thống, anh sẽ bảo vệ nó đến chết, bất kể nó tồi tệ đến mức nào. Anh được hưởng lợi từ nó. Anh đồng nhất mình với nó, ai nhận xét bất lợi về nó là anh có thể nổi khùng, thậm chí còn cắt đứt quan hệ. Không thể phê phán hệ thống trước mặt anh. Dĩ nhiên, để hợp lý hóa sự trung thành của mình, anh sẽ biện minh cho nó, anh sẽ biến nó từ xấu thành đẹp, từ con giun thành con rồng. Anh chỉ còn nhìn thấy mặt tích cực của nó. Hoặc cao tay hơn, phải biết cách giải thích những gì tiêu cực thành ra tích cực. Do đó cuộc đời lúc nào cũng đẹp tươi. Do đó thật kỳ cục cho những kẻ cứ rầu rĩ suốt ngày, chẳng có lí do gì để rầu rĩ cả. Còn những kẻ cứ kêu gào về các nguy cơ trong tương lai nữa, tương lai đã đến đâu mà lo. Anh chỉ biết anh có đủ các thứ cần thiết. Những kẻ lo cho tương lai ấy, hiện tại của mình còn không lo được mà cứ loay hoay hoài, rách việc.

Anh làm như vậy đó em. Anh nghĩ như vậy đó. Nếu biết anh như thế, em còn yêu anh được không?

NGUYỄN THỊ TỪ HUY

15.

Gửi em,

Em yêu, nói gì với anh đi. Hôm nay thật lạ, một ngày đầu thu tâm trạng anh có gì run rẩy. Không, ở đây trời không làm thu, nhưng mưa lun phun thế này, giống mùa thu không thể tưởng được. Mưa ngoài trời và mùa thu trong lòng anh. Không thể nào tập trung nổi. Mưa làm trí não anh phân tán, gió heo may khiến đầu óc anh mơ mơ. Lần đầu tiên mùa thu và cảm giác ly tán, phân rã, rời bỏ, trộn lẫn tạo thành một thứ hương quyến rũ não bộ, quyến rũ cả cơ thể, quyến rũ mọi giác quan. Buổi sáng mở cửa sổ, nhìn mưa mà thấy những giọt nước rơi về quá khứ, và những giọt nước rơi xuống từ quá khứ. Những trang sách anh đang đọc tưởng chừng như mãi mãi không thể nào kết thúc được. Mùa thu sánh đặc trên các con chữ. Những chữ bị bọc trong khối sương bồng bềnh, càng cố nắm bắt, chúng càng rời xa dưới ảnh hưởng của hơi thu tràn ngập căn phòng, dưới giai điệu dai dẳng của những "ngoài hiên giọt mưa thu thánh thót rơi", "mùa thu quyến rũ anh rồi", "mây bay về đâu cuối trời"...

Đẹp và lãng mạn.

Nhưng bây giờ anh lại phải viết về những điều tồi tệ.

Em biết không, anh cứ băn khoăn không biết rồi có đến một ngày nào đó chữ nhục sẽ biến mất khỏi từ điển nước này. Ngôn từ biến mất vì không còn nội dung tương hợp với nó nữa. Chữ nhục biến mất, thế vào vị trí của nó sẽ là chữ nhẫn.

Tại sao phải cảm thấy nhục? Nhục thì đã sao, miễn còn sống được. Nhục, chẳng qua chỉ là một cảm giác, chỉ cần làm thế nào cho cảm giác đó mất đi, sẽ không còn nhục nữa. Và có rất nhiều cách để khiến cho cảm giác đó không xuất hiện. Chẳng hạn như có ai đó nhổ vào mặt anh, anh chỉ cần nghĩ: thằng khùng, không chấp. Nếu anh nghĩ đó là thằng khùng, nếu anh không chấp nhặt hắn, sự việc sẽ nhẹ đi rất nhiều, nhẹ đến mức nó chẳng còn tồn tại nữa. Anh không nhớ đã ký bao nhiêu bằng dởm, bằng đểu. Em có thể cho rằng như thế anh làm nhục chữ ký của mình. Nhưng anh sẽ nói, không đâu, anh giúp đỡ người khác đấy, anh làm việc thiện đấy. Cùng với cái bằng dởm anh cấp, họ sẽ làm được rất nhiều việc, họ sẽ biết ơn anh. Sống trên đời phải biết giúp đỡ mọi người, phải biết làm việc thiện.

Nghĩ thế có vẻ hơi kỳ cục. Nhưng để sống được anh cần nghĩ như thế. Sao lại để sống được nhỉ? Để sống được giữa mọi người thì đúng hơn. Để được mọi người chấp nhận anh phải nghĩ như thế, phải cảm thấy như thế. Cũng không hẳn, đúng hơn, để anh có thể tự chấp nhận mình. Để anh có thể ngủ ngon, có thể giữ được chút thể diện với bản thân mình. Thể diện ư? Thể diện là thứ để chưng ra với người khác, chứ nó đâu có ý nghĩa gì với chính ta đâu, nhỉ? Thể diện không làm ra tiền, mà không có tiền thì cạp đất mà ăn à. Anh cần tìm thấy các lí do để biến những gì không thể chịu đựng được thành ra có thể chịu đựng, hay thành ra dễ chịu. Có cái gì mà lại không thể chịu đựng được, nhỉ? Không, anh chẳng làm gì sai, anh chẳng làm gì xấu. Sống có gì sai, được mọi người yêu quý có gì sai? Anh không tìm thấy logic của sự việc. Mọi người không sai, vậy nếu anh làm khác đi thì anh sai. Việc làm của anh được mọi người chấp nhận, có nghĩa là nó đúng chứ, phải không? Nếu sai đã bị phản đối, phải không? Có, báo chí thỉnh thoảng có phản đối vài việc, nhưng báo chí ở đâu đó xa xôi, xung quanh anh, chẳng ai phản đối anh hết, hơn thế đa số còn làm như anh. Vậy anh đúng, phải không? Anh biết em không thể trả lời những câu hỏi này của anh.

Anh nhớ lại mấy lời than phiền trên báo của một bà nhà văn nổi tiếng nào đó mà anh không còn nhớ tên. Bà than rằng ở đây chẳng có ai chịu tự tử. Khi nói thế bà quên không nhìn vào chính mình để thấy bà cũng có chịu tự tử đâu. Càng tủi nhục người ta càng bám lấy cuộc sống. Cũng chẳng phải vì hy vọng thoát khỏi tủi nhục. Nhưng càng bám chặt thì tủi nhục rút cuộc mất đi. Không đúng đâu em. Đừng tin anh. Cảm giác về nỗi nhục mất đi, còn nỗi nhục vẫn nguyên vẹn. Nỗi nhục vẫn đứng chình ình ra đấy, chỉ có điều người ta không cảm thấy nhục mà thôi. Nhưng có khác gì nhau, khi nỗi nhục thực sự mất đi hay cảm giác về nỗi nhục mất đi? Đừng quá quan tâm đến nỗi nhục, nếu không chẳng thể thành công được.

Còn câu chuyện dưới đây, có liên quan gì đến nỗi nhục và cảm giác nhục nhã không?

Anh từng được mời tham gia một cuộc họp lấy ý kiến của các nhà khoa học, do chính phủ tổ chức, cũng khá lâu rồi. Một trong những nội dung của cuộc họp đó bàn về vấn đề cải cách chế độ tiền lương. Anh phân tích cho những người đó thấy được tầm quan trọng của việc phải duy trì chế độ lương chết đói.

Anh nói: "Các ông muốn nhân viên thần phục và không phản kháng ư? Duy trì chế độ lương hiện hành, đặt toàn thể giảng viên và nhân viên vào trạng thái đói. Cách tốt nhất đấy. Cứ để họ đói. Đừng sợ gì cả. Dù sao, các nhân viên cũng không chịu đói đâu mà lo. Họ sẽ làm mọi cách để thoát đói. Khi buộc phải dành hết thời gian và tâm trí vào việc chống đói, họ không còn hơi sức đâu mà nghĩ đến chuyện khác nữa. Và chính phủ hãy giúp tạo ra các khe hở cho họ đục khoét. Họ càng đục khoét chính phủ càng nắm chắc họ trong tay. Chẳng có cách nào tốt hơn để nắm giữ họ là biến họ thành những kẻ tội phạm. Họ sẽ chẳng bao giờ dám phản ứng về bất cứ điều gì, chỉ cần mở miệng họ đã lập tức nhớ tới vô số tội mà người ta có thể khui ra. Họ sẽ ngậm miệng suốt đời để những tội lỗi ấy được chìm vào im lặng. Quản lý những kẻ tội phạm tiềm năng dễ hơn là quản lý những người chính trực nhiều. Đừng bao giờ nghĩ tới chuyện tăng lương cho tới mức hợp lý. Thỉnh thoảng cũng nên tăng chút đỉnh nhưng tuyệt đối không bao giờ được tăng đến mức nhân viên đủ sống." Phát biểu của anh được hoan hô và hưởng ứng nhiệt liệt.

Trong buổi họp ấy, có vài người phản đối anh, bằng cách nêu ý kiến rằng, bên Trung Quốc, lao động trí óc được trả lương rất cao. Giới nghiên cứu và đại học bên đó không than phiền về thu nhập. Họ có thể yên tâm sống mà làm khoa học. Nhờ thế Trung Quốc tạo được những đại học tinh hoa và có nhiều trường đại học đứng ở thứ hạng cao trong những bảng xếp hạng quốc tế. Nhờ thế triển khoa học công nghệ của họ phát triển được, đồng thời đó cũng là nguyên nhân đưa họ trở thành một trong những cường quốc kinh tế hàng đầu thế giới. Kinh tế của chúng ta đang khủng hoảng. Trong thời đại hiện nay chỉ có chất xám mới giúp chúng ta có thể nhanh chóng giải quyết khủng hoảng. Chế độ lương hiện hành đã làm lãng phí nghiêm trọng nguồn năng lượng chất xám. Giảng viên và nghiên cứu viên mất thời gian giải quyết mưu sinh sẽ không thể nào tập trung suy nghĩ để sáng tạo hay có cách nghiên cứu đột phá để có được các giải pháp đột phá. Và chỉ sau một vài năm, kiến thức sẽ lạc hậu, tư duy sẽ cùn mòn, lúc đó dẫu có tiền cũng không thể có phát kiến gì được nữa.

Trước ý kiến đó, mấy vị chủ trì cuộc họp cho rằng tình hình chúng ta rất phức tạp, chúng ta phải nắm được con người. Cuối cùng họ đồng ý với anh.

Họ nói, ngoài lương, sẽ có các khoản tiền được đầu tư theo từng công việc cụ thể. Các khoản đó giúp cho người ta có thêm thu nhập, nhưng cấp nhỏ giọt, và tạo ra một hành lang thủ tục thật sự nhiêu khê. Chẳng hạn, các thủ tục để nhận thù lao cho công trình nghiên cứu sẽ vô cùng phức tạp, và buộc các nhà nghiên cứu phải làm các chứng từ khống, tức là buộc họ phải gian lận. Các chứng từ đó trở thành những bằng chứng cho sự gian lận của họ. Họ tự tạo cho mình những thòng lọng treo sẵn lơ lửng trên đầu. Làm hài lòng nhà nước, các thòng lọng sẽ được để yên. Làm phật lòng nhà nước, các thòng lọng sẽ được đưa ra sử dụng. Thực tế đó là những thử thách. Ai vượt qua được thử thách này sẽ chứng tỏ được những phẩm chất cần thiết của một cán bộ nhà nước. Có thể lấy nó làm căn cứ để chọn người bổ nhiệm vào các vị trí quan trọng. Thử thách ấy cũng sẽ tạo điều kiện để rèn luyện phẩm chất trung thành với tổ chức và với chính phủ. Ngoài ra, những khoản đầu tư thêm ngoài lương ấy chính là các loại bổng lộc. Bổng lộc là chính, lương là phụ. Bổng lộc tập trung cho những người lãnh đạo ở vị trí cốt cán, điều này sẽ rất tuyệt để giữ được lòng trung thành của họ. Họ sẽ trung thành tuyệt đối khi nhìn thấy sự khác biệt căn bản giữa lãnh đạo và nhân viên, sự khác biệt giữa có tất cả và không có gì cả, sự khác biệt đó sẽ khiến họ sợ hãi khi phải trở lại làm nhân viên quèn. Họ sẽ trung thành tuyệt đối để giữ siêu thu nhập, ít ra là tuyệt đối trung thành trong nhiệm kỳ của họ.

Tuy nhiên, mọi người đều biết bổng lộc không chỉ đến từ ngân sách nhà nước, mà còn đến từ hối lộ và tham nhũng, các dự án liên kết, các phi vụ đủ mọi loại, những nguồn này mới thực sự quan trọng. Chưa bao giờ chữ ký có giá trị và siêu giá trị như trong thời đại này. Phần trăm, hoa hồng, mọi thứ đều thực sự rất thơm tho quyến rũ.

Những thứ đó trui rèn phẩm chất lãnh đạo, và gián tiếp góp phần củng cố lòng trung thành với thể chế.

Anh còn phân tích thêm, lương thấp cũng là biện pháp để rèn thói quen chịu đựng cho nhân viên. Lương giảng viên đại học, khởi điểm, không đủ để trả tiền thuê nhà, đừng nói chuyện sống. Dĩ nhiên, chế độ lương như vậy là thậm vô lý. Nếu họ chấp nhận được sự phi lý đó, họ sẽ chấp nhận hết mọi sự phi lý khác. Anh còn nói đùa: "Các ông cứ thử xem. Cứ thử đưa ra một vài chủ trương cực kỳ phi lí, để xem có phản ứng gì không. Ví dụ, chủ trương bắt giảng viên đóng tiền cho nhà nước nếu không dạy đủ số giờ theo quy định của Bộ. Lương đã thấp như vậy, họ lấy tiền đâu ra để đóng? Rồi các ông sẽ thấy, phi lý đến thế nhưng họ vẫn sẽ thực hiện, không một chút phàn nàn, cứ thử mà xem. Chỉ cần đo vài lần như thế, sẽ đủ cho các ông kiểm nghiệm, muốn ra chủ trương gì thì ra." Thực tình anh chỉ nói đùa thôi. Không ngờ sau đấy họ làm thật. Chủ trương đưa ra, và đúng như anh dự đoán, không gặp sự phản đối nào, người ta lẳng lặng thi hành. Con người bị làm nhục theo đủ mọi cách. Những kẻ làm nhục người khác không hiểu rằng họ cũng tự làm nhục chính mình. Còn anh thì sao đây, kẻ cố vấn cho tình trạng nhục nhã đó?

Tiền được chi dùng vào việc lãng phí tốt hơn là dùng để trả lương cho nhân viên đủ sống. Tốt cho hầu bao của những người quản lý. Những ông chủ đỏ. Và tốt cho sự trường tồn của chế độ. Quan điểm này chi phối chính sách lương. Ai cũng biết những con số dễ gây ấn tượng như hàng trăm nghìn tỉ này đến hàng trăm nghìn tỉ kia bị thất thoát, của hết đại doanh nghiệp nhà nước này đến đại doanh nghiệp nhà nước kia. Nhưng ngoài ra, số tiền lãng phí hàng ngày, số tiền lãng phí cho các hoạt động hàng ngày, em không thể nào đo đếm được. Nó mới là kinh khủng. Và dĩ nhiên, chẳng bao giờ được công khai. Số tiền lãng phí đó thừa để trả lương cho nhân viên đủ sống, nhưng nhất định phải duy trì tình trạng lương hiện nay. Nếu không làm cho con người tha hóa, nếu không làm cho con người sợ hãi, sẽ không nắm được họ. Con người càng tha hóa càng sợ hãi, và càng chấp nhận để cho người khác nắm giữ mình. Nhưng, anh biết, chẳng ai thừa nhận điều đó, chẳng ai thấy mình tha hóa, chẳng ai thấy mình sợ hãi, và ai cũng thấy mình tự do. Ít nhất, đó là thực tế trong môi trường của anh. Tốt thôi, quý vị tự do, quý vị can đảm, quý vị đức độ, những tấm gương sáng ngời, quý vị cứ cảm nhận như quý vị muốn, miễn là để yên cho tôi hưởng lợi.

Anh không bao giờ nghĩ đến việc đồng nghiệp và nhân viên sống như thế nào. Anh đã từng như họ, nếu anh thoát được nghèo họ cũng sẽ thoát được thôi. Anh thoát bằng con đường nào họ sẽ thoát bằng con đường ấy, dù có thể trên những ngóc ngách khác nhau, bằng những phương tiện lớn nhỏ khác nhau. Dĩ nhiên, có khác biệt giữa anh và họ: anh thoát nghèo và trở nên giàu có, còn đa số họ dừng lại ở mức thoát khỏi nghèo đói. Có lần, một giảng viên, trước khi ra khỏi trường, đề nghị anh làm một tờ trình lên trường và lên Bộ, nói rõ rằng với tình trạng lương hiện nay đại học không thể phát triển được, anh ta sẽ hỗ trợ anh hết mình để đưa việc này lên thành một vấn đề để giới đại học thảo luận và tìm cách tháo gỡ. Nhưng anh bỏ ngoài tai đề nghị đó. Anh đâu thèm quan tâm mấy chuyện đó. Lương không nhằm nhè gì với anh. Thu nhập của anh nằm ở những chỗ khác. Còn giảng viên ư, sống chết mặc họ.

Anh không quan tâm tới tình trạng khó khăn về kinh tế của giảng viên và nhân viên, cũng chẳng quan tâm đến các hậu quả nảy sinh từ tình trạng đó. Nhiều hậu quả, nhiều lắm. Anh đã không thấy hoặc không muốn nhìn thấy. Chẳng hiểu sao, lúc này, bất chấp có muốn hay không, anh nhìn ra vô số thứ. Dù rất khó chịu anh vẫn phải nhìn, và thấy.

Hồi đó, hồi anh mới chỉ làm trưởng khoa, đã xảy ra một việc. Cũng chỉ là việc nhỏ thôi, có hàng nghìn chuyện tương tự như thế. Anh đã nói với em, ký ức hoạt động theo một cơ chế khó hiểu, chọn lọc những thứ anh không ngờ nhất, những thứ nhỏ nhặt, tưởng như chẳng có mấy ý nghĩa. Có thể việc ấy có mối liên hệ nào đó với những gì anh vừa viết trên đây chăng.

Một hôm, anh có việc phải quay về nhà vào buổi trưa, thấy vợ anh, vợ cũ, mắt đỏ hoe, anh hốt hoảng hỏi xem có chuyện gì. Cô kể:

- Thật tội nghiệp cho cô sinh viên làm luận văn với anh. Em vừa tình cờ gặp cô ấy ở bưu điện, mặt mũi phờ phạc.

- Sao thế?

- Ủa, thế anh không biết gì à?

- Anh biết là ba ngày nữa cô ấy sẽ bảo vệ luận văn. Nhưng sao? Mọi việc xong hết rồi mà.

- Anh đúng thật là... Cô ấy bụng chửa vượt mặt, bầu tháng thứ tám, còn vài tuần nữa là sinh.

- Ừ, thì sao? Vì thế cô ấy muốn bảo vệ trước khi sinh.

- Thì sao ư? Anh có biết là đêm qua cô ấy phải đi ô tô, ba trăm cây số, đường núi, với cái bụng như thế, để sáng nay kịp đến bưu điện gửi giấy mời cho hội đồng không?

- Sao cô ấy phải làm việc đó? Đấy là việc của văn phòng mà.

- Nhân viên văn phòng của anh gọi điện bảo cô ấy xuống làm việc đó. Tối nay cô ấy đi ô tô ba trăm cây số về nhà. Ba ngày sau lại đi ô tô ba trăm cây số để xuống bảo vệ. Cái thai đã ở tháng thứ tám rồi. Trường anh cách bưu điện trung tâm chỉ một phút xe máy và khoảng 5 phút đi bộ. Cô ấy và cháu bé trong bụng phải đêm hôm đi ô tô tám tiếng đồng hồ. Mà đấy đâu phải việc của cô ấy. Giáo vụ trường anh còn tí tính người nào không?

- Thôi em đừng cường điệu như thế được không!

- Em cường điệu ư? Một bà mẹ trong tình trạng như thế, một thai nhi trong tình trạng như thế, đi lại trong tình trạng nguy hiểm như thế, nhỡ xảy ra chuyện gì thì sao? Anh không nghĩ đến điều đó ư? May cho anh là cô sinh viên không sao. Trời ơi, mà sao cô ấy không phàn nàn gì hết trơn, còn tự thấy phải có nghĩa vụ làm hộ công việc của văn phòng.

- Để mai anh nói chuyện với giáo vụ.

Anh gặp giáo vụ, một cô gái còn trẻ, hỏi cô ta sao lại làm việc như thế. Đầu tiên cô chối bay chối biến. Sau đó giải thích rằng cô vẫn thường xuyên nhờ sinh viên, học viên cao học và nghiên cứu sinh làm những việc đó. Như vậy cũng tiện cho cho cô. Cô cảm thấy công việc phải gửi các loại công văn giấy tờ rất phiền hà, nên cô nhờ sinh viên giải quyết giùm, vì đằng nào sinh viên cũng phải gặp người hướng dẫn và người phản biện. Dĩ nhiên sinh viên bỏ tiền túi ra để gửi các loại công văn giấy tờ cho khoa. Từ bao lâu nay rồi mọi việc vẫn được tiến hành theo cách đó. Cô giáo vụ ngạc nhiên, trước đây anh chẳng nói gì, sao hôm nay lại rầy rà cô. Đúng lúc ấy điện thoại di động của anh reo, anh ra khỏi văn phòng nghe điện, rồi quên luôn chuyện đó. Tối về cũng chẳng nói gì với vợ nữa.

Em thấy đấy, giáo vụ của anh chỉ nghĩ làm thế nào để tiện cho cô ấy, làm thế nào để bớt phiền hà cho cô. Mặc dù cô được trả lương để làm những công việc đó, nhưng cô vẫn đẩy cho sinh viên, bắt họ phải làm thay việc của mình. Chắc cô nghĩ công việc nhiều mà lương lại thấp. Cô không hề nghĩ đến cái thai tám tháng tuổi, cũng không hề nghĩ đến việc cô sinh viên của anh ở cách trường ba trăm cây số, tại một tỉnh miền núi, phải đi lại bằng ô tô, rất nguy hiểm. Phải, vợ anh nói đúng, nếu cái thai có chuyện gì thì sao? Đó là sự độc ác thường nhật. Cô giáo vụ độc ác mà không tự biết, không nghĩ tới sự độc ác của mình. Đối với một thai nhi mà người ta còn vô cảm như vậy, thì việc các cô bảo mẫu bóp cổ một đứa trẻ mười tháng tuổi, bạt tai, đánh đập, dúi đầu những đứa trẻ ba bốn tuổi vào thùng nước, hẳn cũng chẳng có gì khó hiểu. Sự độc ác mang gương mặt hàng ngày, mang dáng vẻ vô tư và vô can. Ta độc ác như là ta thở vậy.

Anh dung túng cho cô nhân viên văn phòng, dung túng cho sự độc ác đó. Anh nghĩ, thôi, lương của cô ấy thấp như thế, nên thông cảm cho cô. Chuyện đó chẳng qua cũng chỉ là một chuyện nhỏ. Nếu không có sự dung túng của anh, của ban lãnh đạo, nếu không có sự im lặng đồng lõa của đồng nghiệp, thì sao cô ta dám cư xử hành động như vậy? Dẫu không cố ý, nhưng sự độc ác tự nhiên, thường nhật của cô cũng có thể gây hại cho người khác. May mà không có gì tồi tệ xảy ra trong trường hợp này, nhưng chỉ là may thôi. Bao nhiêu trường hợp khác không may mắn như thế. Chẳng phải bao nhiêu cái chết ở bệnh viện chỉ do một chút bất cẩn của bác sĩ thôi sao? Những chuyện đó bị cho là chuyện nhỏ, và những tội ác xảy ra liên tiếp trong xã hội dần dần cũng bị coi như chuyện nhỏ. Ai hơi đâu mà bận tâm, ai hơi đâu mà thèm để ý nữa. Còn trăm thứ phải lo. Với lại ngày nào cũng có chuyện, làm sao để ý cho hết. Hỏi làm sao xã hội không vô cảm. Từng cá nhân trong xã hội đó vô cảm thì hỏi làm sao mà tội ác không trở nên thường nhật?

Nhưng anh, nếu đối diện với mình, sẽ phải thấy rằng anh còn làm nhiều chuyện độc ác hơn cô giáo vụ ấy rất nhiều. Dù sao, cô chưa gây hậu quả, còn anh, anh đã tạo ra những hậu quả rợn người. Mặc dầu có thể anh không cố ý... Dù sao cũng phải nói rằng, cô giáo vụ ấy, lương của cô rất thấp, và cô làm tám tiếng mỗi ngày ở trường, làm sao cô có thể sống được. Người trả lương có tí nhân đạo nào với cô ấy đâu. Có ai thương cô đâu. Anh đã chẳng bao giờ nghĩ đến việc cô ấy cũng phải sống, rồi đến lúc cô cũng phải có gia đình, và có con. Với đồng lương đó, cô sẽ nuôi con bằng cách nào? Có lẽ mỗi lần nhận lương cô đều tự hỏi sao cuộc đời lại tàn nhẫn với cô như thế. Anh có đủ mọi thứ và anh không cần biết những người xung quanh anh sống ra sao, tồn tại như thế nào. Anh còn muốn duy trì tình trạng đó, còn muốn nhấn chìm họ trong tình trạng đó. Như thế chẳng phải là độc ác sao? Như thế chẳng phải là tàn nhẫn sao? Nếu nói rằng đó là sự độc ác thường nhật e rằng không đúng nữa. Có lẽ phải nói đó là sự độc ác mang tính chất nền tảng. Cái ác nền tảng, bởi nó có khả năng giết chết tính người, giết một cách nhẹ nhàng, từ từ, ngày này qua ngày khác, không để lại dấu vết, khiến người ta không nhận thấy, không cảm thấy, khiến người ta quen dần với sự thiếu vắng nhân tính. Còn anh, hiểu rõ mọi chuyện nhưng vẫn cố tình duy trì tình trạng trả lương mạ lị và coi rẻ con người như thế, nhằm buộc con người phải tha hóa để dễ bề điều khiển họ, vậy cái ác có phải nằm trong bản chất của anh không? Bản chất ư? Sao anh nói vậy chứ? Không đâu. Con người em từng yêu, con người đó không độc ác. Phải không? Nhưng cũng có thể vào thời em yêu anh, cái ác trong con người anh chưa có điều kiện bộc lộ? Cũng có thể để sinh tồn mà anh đâm ra độc ác? Hay vì muốn được yêu mến mà sinh độc ác? Vì không muốn phải cô đơn lạc lõng, vì sợ bị bỏ rơi mà sinh độc ác? Sợ bị trừng phạt mà thành ra độc ác? Sợ cái ác mà rốt cuộc trở thành độc ác? Lẽ nào lại như thế? Hay quyền lực và lòng tham đã khuyến khích sự độc ác trong anh? Điều anh biết rõ: anh không bị xem là kẻ độc ác, và anh cũng đã không hề nghĩ mình độc ác. Cũng như trong thời kỳ dối trá kinh hoàng nhất của anh, anh không hề thấy mình giả dối. Anh là hình ảnh về sự hào hoa phong nhã, biểu tượng của sự thành đạt. Anh vẫn luôn hưởng lòng kính trọng của đa số mọi người. Dù anh chẳng rõ họ có thật sự kính trọng anh hay không.

Càng ngày anh càng cảm thấy em không thể yêu anh được nữa.

16.

Gửi em,

Đã đến lúc anh phải nói về chuyện này. Anh những tưởng không bao giờ gợi lại nó nữa.

Ngày khánh thành hội trường lớn của trường anh. Hội trường ấy được khởi công dưới "triều đại" của anh.

Con gái hẹn anh đến sớm, trước giờ khai mạc buổi lễ, nó có việc gấp muốn gặp anh. Lúc anh đang đi cách khoảng 50m đã thấp thoáng thấy con đứng chờ ở phía trong, gần cửa hội trường. Vợ anh cũng tới, vợ cũ thì đúng hơn, con muốn gặp cả hai người, anh không biết cô ấy đi sau anh một quãng. Tòa nhà sập xuống đúng lúc anh nhìn thấy con gái. Có lẽ nó đã bị nứt từ tối hôm trước.

Phần mái trên hành lang sụp trước, nhanh đến nỗi con anh chạy không kịp. Anh trân trối nhìn cả đống vôi vữa xi măng cốt thép ấy ụp xuống, nhấn chìm con anh. Anh chạy đến cào bới. Gào thét và cào bới đến nát cả hai tay. Thôi, đừng bắt anh phải khơi lại cảm giác đó nữa, đến bây giờ anh vẫn không thể nào đối diện được với thời điểm đó. Anh không thể tin được chuyện đó có thật, anh muốn nghĩ nó là một cơn ác mộng, ước gì nó chỉ xảy ra trong ác mộng. Vợ cũ anh ngất xỉu, người ta phải đưa vào viện cấp cứu. Nhưng cô ấy tỉnh rất nhanh, khoảng tiếng sau cô quay lại, lúc đó người ta đã đưa được con anh ra. Không chút gì của con bé còn nguyên vẹn. Anh biết thế, dù anh không dám nhìn. Một người cha có thể làm gì khác ngoài ôm đầu dấu mặt sau hai cánh tay, để mặc người ta bới xác con mình, để mặc người ta thu xếp cho nó. Anh không nhìn nó. Người ta cho con bé vào trong cái quan tài do vợ anh gọi mang đến, một cái quan tài tạm, để không ai phải chứng kiến hình hài tan nát của con. Vợ cũ anh, cả trong lúc đau khổ khốn cùng như thế, vẫn biết phải làm gì. Anh không biết cô lấy sự tỉnh táo ấy ở đâu. Trước khi leo lên xe cứu thương bệnh viện để đưa con gái về nhà, cô lạc giọng hét lên, nước mắt vẫn không ngừng chảy:

- Tôi cấm anh và cái lũ đồng nghiệp, đồng chí, bạn bè anh đến đám tang con bé. Thằng nào, con nào trong cái số đã giết con gái tôi mà lò mặt đến, tôi bắn. Anh mà dám dẫn xác đến, tôi bắn.

Cô không nói để dọa, cô nói thật. Cô nói đúng, anh đã giết con gái mình. Đồng nghiệp của anh, những người cùng chia chác, rút ruột từ việc xây dựng cái hội trường này, họ đã cùng anh giết con gái anh. Không phải anh không biết chuyện cầu nọ cầu kia đang xây bị đổ, nhà thi đấu chỗ này chỗ kia bị sập đúng ngày khánh thành, y chang trường hợp của anh đây. Anh biết hết, nhưng anh đã không ngờ rằng một chuyện tương tự như thế lại có thể xảy ra cho anh.

Anh không những bị cấm đến dự đám tang, còn bị cấm thăm mộ con. Thực ra anh cũng không dám ra mộ con. Không dám đối diện với tội ác của mình. Anh đã giết chết con đẻ. Lòng tham. Đó là sự thực. Con gái anh bị giết năm nó hai mươi ba tuổi, vừa ra trường và đi làm được một năm. Nó đã ở riêng từ nhiều năm trước. Vì muốn gặp bố và mẹ mà phải chết. Anh không bao giờ biết được nó định gặp anh để nói chuyện gì. Không gặp được anh, nó đã gặp cái chết của nó. Anh giết con mình, sự thật là như vậy. Dù anh có cố lảng tránh sự thực đó bằng cách đi hết chùa nọ sang chùa kia, ráng tìm một lý do ở kiếp trước, ráng đổ cho một định mệnh của trời đất thần phật. Chẳng ai trừng phạt anh, nếu vợ anh không trừng phạt anh thì hóa ra trên đời này chẳng có lẽ công bằng sao? Có những tội ác không bao giờ bị đưa ra xử, có những kẻ giết người không bao giờ bị truy tố. Những kẻ như anh.

Vợ cũ anh mặc đồ đen suốt ba năm sau đó. Cuối năm thứ ba sau khi con mất, cô quay về nhà anh lấy một số vật dụng cũ của con. Lúc cô đến, anh và vợ mới đang ngồi trong phòng khách đọc báo. Cô vào phòng con bé, anh vẫn luôn gìn giữ và chăm sóc căn phòng đó. Rất nhanh chóng cô tìm thấy những thứ cần tìm, rồi trở ra. Nhanh tới mức cô vợ mới đang ngồi trong lòng anh không kịp đứng dậy. Anh muốn nói chuyện, không kìm được anh thốt lên:

- Em có thể ở lại nói chuyện một lúc không?

- Anh định nói gì? Cái hội trường bị anh rút ruột ấy làm con gái anh chết, tan nát như thế nào, anh còn không biết ư? Tức tưởi như thế nào, anh nhìn thấy hết rồi, định nói gì đây? Có phải chiến tranh đâu, mà con anh phải chết không toàn thây như thế chứ? Còn cái trường bên ngoài hoành tráng thơm tho bên trong xập xệ thối tha của anh nữa, nó đã biến biết bao người lương thiện thành những kẻ tàn phế tinh thần, làm chết lương tri của bao nhiêu người. Anh đền tội bằng cách nào đây? Mà thôi, anh đừng vờ vĩnh nữa, buồn nôn lắm.

Và cô nôn thật, thốc tháo xuống sàn nhà. Mặt tái xanh, cơ thể gồng theo những cơn quặn thắt khốn khổ. Anh muốn ôm cô ấy, muốn giúp cô, muốn làm cô cảm thấy dễ chịu. Nhưng anh ngồi yên nhìn cô, biết rằng bây giờ mà đụng vào người cô còn khiến cô nôn mạnh hơn nữa. Khi mọi thứ trong dạ dày đã ra hết, cô ngồi im một lúc, đờ đẫn. Sau đó, cô rút trong túi ra gói khăn giấy, lau miệng, ném tờ khăn giấy xuống đống nôn, rồi đi ra. Anh có cảm tưởng như cô đi không vững nữa. Đến cả nỗi đau mất con của anh cũng làm cô ấy phát nôn.

Ba ngày sau, anh nhận được tin cô mất. Người nhà nói rằng cô nôn liên tục suốt mấy hôm đó. Không ăn uống gì vẫn nôn. Chẳng thuốc gì có thể giúp cô ngừng nôn. Đến khi thổ ra một mảng giống như mảng dạ dày cô tắt thở.

Mặc dù cô không trăng trối lại là cấm anh dự đám tang, anh cũng không dám đến. Nếu anh đừng hỏi cô, nếu anh cứ im lặng để cô về, hẳn cô đã không phải chết vì bệnh nôn quái đản ấy. Anh không có mặt trong đám tang của con anh và vợ anh. Dù cô ấy bỏ anh, dù anh đã có vợ mới, trong thâm tâm anh luôn coi cô ấy như vợ mình. Cho đến lúc này, anh cũng chưa bao giờ đặt chân đến mộ họ.

Sau cái chết của vợ và con gái, anh nhận được lá thư của một đồng nghiệp cũ, người bị anh cho thôi việc. Có lẽ do anh ta không muốn đứng vào dàn loa bị anh điều khiển, hoặc vì, trong một lúc nào đó, đã khiến anh nhận thấy rằng anh ta không phục anh. Cũng có thể thêm những lý do khác nữa. Hồi đó, anh ta, nhờ có tài trợ nước ngoài, đã lên chương trình mở được một thư viện số cho trường anh. Dĩ nhiên, với cương vị lãnh đạo cao nhất, anh ký dưới các văn bản giao dịch. Nhưng đúng ra anh ta là người sáng lập thư viện số ấy. Một vài cử chỉ của anh ta khiến anh cảm thấy khó chịu. Anh đọc thấy cái gì đó như là sự kiêu ngạo trong thái độ của người đồng nghiệp ấy. Bây giờ nghĩ lại, có thể đấy chỉ là cách cư xử của một người đã sống ở phương Tây khá lâu. Còn lúc ấy, anh khó chịu nhìn thấy sự ngạo mạn và vô ơn. Không giống những người khác, anh ta không có nụ cười lấy lòng khi gặp anh, không bắt tay anh bằng cả hai tay và nắm thật chặt, lưng cũng không cúi xuống khi bắt tay, không có vẻ mặt đầy biết ơn và thần phục. Cung cách của anh ta khiến anh cảm thấy bất an.

Khi cho anh ta nghỉ việc, anh nhắc lại rằng nếu anh không ký đồng ý vào đơn xin việc của anh ta thì anh ta không thể nào về làm việc ở trường anh được. Anh ta phải biết ơn anh về chữ ký đó. Anh là người cho anh ta về trường, nên cũng sẽ quyết định đẩy anh ta đi. Anh chàng đó quả không hiểu gì về cái gọi là quyền lực tập trung.

Sau khi anh ta biến khỏi trường, dĩ nhiên anh trở thành người sáng lập hợp pháp của thư viện số. Buổi lễ khánh thành rất long trọng và đông quan khách. Báo chí đưa tin về đóng góp to lớn của anh cho sự phát triển của hệ thống thư viện đại học hiện đại. Còn người kia, không chỉ mất việc ở trường anh, còn không thể nào tìm được một công việc ở trong ngành giáo dục. Anh ta không thể tìm được một công việc nào thuộc loại lao động trí óc. Chẳng ở đâu người ta nhận anh ta. Những việc như thế nằm trong tầm tay anh, anh có thể điều khiển được. Người kia, sau mấy lần thử chỗ nọ chỗ kia không được, cuối cùng đi xe ôm kiếm sống.

Anh không ngờ, đến một lúc con gái anh gọi anh ta là bố dượng, con đã rất yêu quý anh ta, người cha tinh thần của nó. Phải, chắc em hiểu anh định nói gì, vợ anh tái hôn với anh ta. Cô ấy không hề nói gì về cuộc hôn nhân sau này, vả chăng cũng chẳng có cơ hội nào để nói, sau khi ly hôn anh và cô ấy hoàn toàn không gặp nhau cho tới khi con gái anh thu xếp cuộc gặp gỡ bất hạnh đó. Nhưng rồi mọi người cũng cho anh biết.

Anh đã xé bức thư đó vứt vào thùng rác, không hề nghĩ đến nó bao nhiêu năm nay, tự nhiên giờ đây nội dung của nó hiện về đầy đủ trong đầu anh. Nó cũng ngắn thôi.

"Chào ông! Có lẽ ông không còn nhớ tôi là ai. Chẳng quan trọng. Ông đã từng muốn biến tôi thành một kẻ bần cùng trong xã hội. Ông và tôi, chúng ta đều nhớ rõ câu này, của một nhân vật văn học: "Chết có sao đâu, không sống được mới thật là đau đớn". Ông muốn đặt tôi vào tình trạng "không sống được". Ông đã đạt được mục đích. Một

người thất bại, ôm một cuộc đời thất bại như tôi, có sá gì mà không thừa nhận thắng lợi của ông.

Ai cũng biết cái chết của con gái ông, ai cũng biết việc vợ cũ cấm ông không được dự đám tang con gái, bà ấy nói công khai như vậy, ai cũng nghe thấy. Và có lẽ người ta nghĩ đó là một tình cảnh đáng buồn. Phải, chuyện ấy thật đáng buồn. Nhưng ông có để ý rằng còn một điều đáng buồn khác, đó là trạng thái "không sống được" mà cả xã hội này đang lâm vào, mà cả xã hội này đang bị đẩy vào, dưới ý chí sắt đá của những kẻ như ông. Bao nhiêu người đang "không sống được", xung quanh ông.

Chúng ta đã chứng kiến những Trần Đức Thảo, Nguyễn Mạnh Tường, Hữu Loan... không sống được như thế nào. Và ông muốn bắt tôi phải trải nghiệm điều đó, ông muốn đẩy tôi xuống tận dưới đáy xã hội, không cho tôi sống. Các ông tổ chức hội thảo rất to tưởng niệm Trần Đức Thảo, nhưng các ông tiếp tục đối xử với đồng nghiệp theo cái cách thức mà Trần Đức Thảo đã từng bị đối xử. Xem ra những bài học quá khứ chẳng có ích gì với các ông. Các ông nhìn thấy rõ tư tưởng và tinh thần của Trần Đức Thảo bị hủy hoại như thế nào, và các ông tiếp tục hủy hoại tư tưởng và tinh thần của người khác.

Nhưng có lẽ phần nào đó ông đã nhầm khi sa thải tôi. Ông đã không thấy được bao nhiêu người chết mòn trong trường đại học của ông, và tôi cũng đã chết mòn như thế nếu tôi được ông trọng dụng. Ông trừng phạt tôi. Tôi tàn lụi, dĩ nhiên, như bao nhiêu người khác đã tàn lụi trong xã hội này, làm sao chúng tôi chống lại được sự tàn lụi đó. Nhưng ông cũng cho tôi cơ hội để nhìn lại xem mình muốn *gì. Quả thực tôi không hề muốn làm một kẻ ăn óc sống như ông, tôi không muốn biến sinh viên thành những con vẹt, làm cho não họ trở nên trống rỗng, biến họ thành những cái loa. Không, tôi không muốn phạm trọng tội giết người theo kiểu đó. Cái kiểu giết người được Milovan Djilas miêu tả trong cuốn "Giai cấp mới" mà có thể ông cũng đã đọc, ở chương **Khủng bố về mặt tinh thần**: "Họ đã nghĩ ra một hình thức giết người vô tiền khoáng hậu – giết chết tư tưởng, và hành xử với con người cũng như tư duy của con người không khác gì người ta hành xử với búi cỏ khô trên sa mạc. Khi giết chết người khác, không cho tư tưởng của người khác được tự do bay bổng, thì chính họ cũng trở thành một bọn người nhạt nhẽo, trống rỗng, một bọn người không hề biết đến những giây phút hạnh phúc của tư duy trầm mặc thâm sâu".*

Ông đuổi tôi khỏi đại học, nhưng bằng cách đó ông tạo điều kiện cho tôi có được cái hạnh phúc của một người làm chủ tư duy của mình, cái hạnh phúc mà ông không bao giờ biết đến.

Con gái ông chết rồi, tôi cầu mong cho linh hồn con ông yên nghỉ. Và tôi cầu mong ông, hãy vì cô ấy mà nghĩ đến cái chết về tinh thần của bao người trẻ đang trả tiền để học tập trong trường ông.

Ông đau buồn cho cái chết của con ông, hãy từ nỗi buồn đau đó mà nghĩ đến nỗi đau của những người "không sống được". Tôi không lợi dụng hoàn cảnh để khơi sâu thêm sự đau lòng của ông, tôi cũng đau lòng không kém gì ông, tôi coi con gái ông như con gái của mình. Tôi không nói dối ông, tôi yêu con gái ông như thể tôi đẻ ra nó. Tôi đã tặng

194

con gái ông tinh thần của tôi và con ông đã tiếp nhận nó. Tôi chỉ mong từ nỗi niềm riêng mà ông có thể hiểu cho nỗi niềm của người khác.

Dù hy vọng đó rất mong manh, tôi cũng đã viết cho ông. Ông có thể giết chết hy vọng của tôi, cũng có thể giúp tôi nuôi dưỡng nó. Chào ông!"

Anh vứt bức thư ấy đi, kèm theo một câu lầm bầm: "Vớ vẩn", không nghĩ đến nó nữa. Thế mà giờ đây, anh có thể chép lại không sót một chữ.

Anh nhớ lại câu chuyện chúng ta đã nói tới trong những bức thư hồi xa xưa ấy, câu chuyện về một cô giáo bị cả đám đàn ông đánh cho dập nát trên hàng loạt tờ báo và sau đó bị áp dụng hình thức bỏ đói, bị cho thôi việc. Hồi đó anh còn thấy xấu hổ. Thế mà sau khi chữa bệnh xong, anh áp dụng y chang như thế với đồng nghiệp của anh. Em biết không, sau vụ việc của cô giáo đó, người ta muốn rằng đại học phải thực sự trở thành pháo đài bảo vệ chế độ, trở thành tiền đồn của ý thức hệ xã hội, và là thành trì vững chắc giúp những kẻ trục lợi như anh ẩn mình. Những người đàn ông lại lén lút mở những cuộc thẩm tra, khám xét, hạch sách công việc ở đại học. Phải gọi là lén lút bởi những phái đoàn đi làm việc ấy chẳng hề có công văn, chẳng hề có quyết định, và cũng chẳng hề cho phép báo chí đưa tin về hoạt động đó. Mọi việc diễn ra trong bóng tối, trong sự câm lặng đồng loạt của mọi bên liên đới. Những thành viên của phái đoàn ấy ngẩng cao đầu kiêu hãnh, đắc thắng cảm nhận nỗi kinh hoàng mà họ gieo rắc lên các trường đại học. Thực tế, có những đại giáo sư lượn lờ quanh họ xun xoe nịnh bợ, mong thoát khỏi búa rìu của họ. Nhưng họ cũng hơi nhầm chút đỉnh. Giới giảng viên xưa nay luôn kiêu hãnh về sự im lặng cố hữu đóng băng trên không gian đại học. Giới đại học vẫn luôn im lặng chấp nhận vô điều kiện mọi trấn áp, mọi quyết định phi lý từ trên dội xuống. Một khi đã coi im lặng như biểu hiện của sự khinh bỉ thì người ta có thể chịu đựng và chấp nhận hết mọi thứ, người ta im lặng mà cảm thấy mình đứng cao hơn kẻ đi đàn áp mình. Vậy đó em. Cái lý để mọi bên đều có thể hoan hỉ trong mọi tình thế, dù phi lý và phi nhân đến cỡ nào. Băng đen bịt mắt và băng keo bịt miệng. Với những giải băng đó, cộng thêm hằng hà sa số lý lẽ ngụy biện, người ta có thể hạnh phúc trong mọi hoàn cảnh. Để hạnh phúc hãy nhắm mắt mà sống. Không, hãy mở mắt nhưng đừng nhìn thấy gì cả. Không, hãy mở to mắt và chỉ nhìn thấy những gì cần nhìn để tạo nên hạnh phúc.

Lúc đó hơn một phần mười của thế kỷ đã trôi qua, và đại học vẫn cứ là thành trì bảo vệ chế độ, một chế độ mà đến hết thế kỷ này, người ta cũng chẳng rõ mặt mũi nó ra làm sao. Người cầm lái vĩ đại mơ màng tuyên bố trước toàn dân như thế, tiếp tục yên tâm và hăng say chèo lái, đưa con thuyền cách mạng hùng hổ tiến lên, dù chẳng biết sẽ cập bến bờ nào. Còn anh và đồng bọn trong giới đại học và nghiên cứu của anh, cứ vài năm lại làm một công trình trị giá vài ba tỉ, xác lập cơ sở khoa học cho cái bến bờ mù mịt đó.

Đại học, vì thế, theo định nghĩa của Djilas, chính là nơi thực hiện hình thức giết người vô tiền khoáng hậu, giết chết khả năng hình thành các tư tưởng. Cùng với tư tưởng, cảm xúc cũng sẽ bị chết theo. Những cảm xúc chân thực sẽ bị thay thế bởi các cảm xúc nhân tạo và dối trá, ở một mức độ cao hơn rất nhiều so với cái giấc mơ giả dối đầu đời mà người ta cố nhét vào tâm hồn những đứa trẻ mẫu giáo.

Đích thị anh là một kẻ giết người hàng loạt. Anh cầm đầu những kẻ giết người hàng loạt. Em có thể đọc đâu đó trên mạng tin về việc người Trung Quốc bổ đầu con khỉ đang sống để ăn óc nó. Anh, một kẻ nạo óc người sống. Anh làm ruỗng hết não của sinh viên. Năm nào cũng thế, bao nhiêu ngàn sinh viên vào trường đại học để bốn năm sau ra trường với não bộ gần như hoàn toàn mất khả năng tư duy, mất khả năng suy nghĩ, chỉ còn biết ghi nhớ những gì được nhồi nhét vào đầu mà thôi. Não họ trở thành cái thùng chứa, thay vì là trung tâm suy nghĩ và sáng tạo. Não họ thu nhận những gì được phép và đẩy ra những gì cấm kỵ.

Thế hệ trẻ cần biết họ đang kính trọng ai, có thật những gương mặt lớn trên truyền thông hiện nay đáng được kính trọng không, hay thực ra rất nhiều trong số đó là những kẻ ăn cắp lòng kính trọng. Anh có thể làm được điều đó không, có thể nói cho thế hệ trẻ biết họ đang kính trọng nhầm người không? Cần phải nói cho thế hệ trẻ biết họ đang đặt lòng kính trọng của họ nhầm chỗ, rằng anh đang tham nhũng lòng kính trọng của họ. Họ phải biết kính trọng những người vô cớ bị kết tội phản động, họ phải kính trọng những người đang ngồi sau chấn song sắt, đang phải chịu mọi cực hình, chỉ vì muốn được sống một cách trung thực, chỉ vì muốn xã hội có công bằng và có chỗ cho lương tri tồn tại. Chỉ khi nào thanh niên nước này kính trọng những người đó đất nước này mới khá lên được. Chừng nào họ còn kính trọng những GS, TS, nhà giáo nhân dân, hiệu trưởng đại học, viện trưởng, viện sĩ viện hàn lâm, Bộ trưởng, Ủy viên BCT, đại biểu quốc hội, bí thư, chủ tịch... như anh, chừng đó tương lai của xứ sở này còn mờ mịt. Quả là một dân tộc bất hạnh khi dân tộc đó dành sự tôn kính của mình cho những kẻ thối nát. Thanh niên phải biết trọng những gì đáng trọng và khinh những gì đáng khinh, họ phải biết khinh bỉ loại người như anh thì những điều tốt đẹp mới có thể nảy nở trong tâm hồn họ, và họ mới có thể làm những điều tốt đẹp cho xã hội. Điều anh cần làm là giúp họ hiểu rõ chuyện này.

Nhưng lẽ nào anh lại tự tước bỏ mặt nạ của mình đi, anh làm sao đủ sức tự tước bỏ mặt nạ của mình đi? Nhất là khi mặt nạ đó giờ đây cũng đã hóa thành xương thịt. Bỏ cái mặt nạ ấy đi anh cũng chẳng còn cái mặt nào khác nữa. Làm sao anh có thể khiến người khác khinh mình được, làm sao anh có thể kêu gọi người khác khinh mình được? Điều đó là không thể. Anh biết mình không thể.

Có lẽ không phải thế. Không bao giờ được phép khinh con người. Như thế chăng? Anh không được phép tự khinh mình. Người khác cũng không được khinh anh, dù anh như thế này, hay như thế nào chăng nữa. Có phải như vậy chăng?

Lẽ nào sẽ có những người không bao giờ phải trả giá, cho dù họ có làm gì với bản thân, cho dù họ có làm gì với đồng loại, họ sẽ thoát khỏi mọi phán xét, của chính họ và của người khác? Một cách mù mờ, dường như anh hiểu vì sao có cuộc phán xử cuối cùng. Cơ hội duy nhất để công lý được thực thi cho tất cả mọi người. Rủi là không ai chắc nó có tới hay không. Chẳng ai chắc được liệu bất công có phải là vĩnh viễn.

Anh biết anh vẫn sẽ tiếp tục tham nhũng lòng kính trọng của người đời, anh sẽ tiếp tục đánh cắp sự ngưỡng mộ của họ. Cùng lắm anh có thể làm được như cái ông tiểu thuyết gia kiêm ủy viên BCT đã về hưu ấy, ngồi viết mấy câu văn vần rồi tự gọi là thơ, tỏ ra ưu phiền cho thời cuộc, làm như chính bản thân ông ta đã không đắc lực tạo ra cái thời cuộc này, làm như ông ta đã không ký bao nhiêu quyết định hãm hại người khác, làm như ông ta đã không ra bao nhiêu chính sách hủy hoại văn hóa và nhân tính. Giờ đây kêu buồn chút đỉnh để tỏ ra ưu thời mẫn thế, để làm gì, cũng chỉ để đánh cắp thêm chút ít lòng kính trọng của người khác. Không, anh sẽ không làm như vậy. Nếu không đủ can đảm tự vạch mặt mình ra trước thiên hạ, anh sẽ im lặng, không ăn mày thêm nữa tình cảm yêu mến của người đời, không làm họ nhầm lẫn thêm nữa, trong cái xã hội tất cả đã bị làm cho lẫn lộn hiện nay.

Chỉ còn có thể làm được mỗi một việc thôi: viết cho em, dù em sẽ không bao giờ đọc nữa.

Chính anh đã tạo nên xã hội này. Một xã hội trong đó sự khốn khổ của người này là điều kiện cho sự thành đạt của người kia, sự bần cùng của người này là điều kiện cho sự giàu có của người kia, tội lỗi của người này là điều kiện đảm bảo cho địa vị và quyền lực của người kia, sự ngu dốt và cam chịu của người này là điều kiện cho người kia thủ lợi. Anh, một kẻ vừa đắc lợi vừa thành đạt, anh đã duy trì sự ngu dốt và cam chịu, đồng thời khuyến khích cho sự khốn nạn của người khác phát triển. Anh là như thế đó.

Sao em có thể yêu một kẻ như vậy chứ? Anh biết làm gì với tình yêu của em đây? Nếu biết toàn bộ sự thật về con người anh như thế, em sẽ không còn yêu anh nữa. Phải vậy không?

Anh không còn có thể làm gì được nữa. Anh có thể từ bỏ chức vụ các loại của anh không? Anh có thể từ bỏ các chương trình quốc gia quan trọng này không? Anh có thể từ bỏ trường đại học này không? Nếu từ bỏ chúng anh sẽ không còn gì cả. Con người cá nhân anh chẳng có một chút giá trị nào. Uy danh của anh được thiết lập và gắn liền với những thứ đó. Mất chúng anh chỉ còn là một con số không, về mặt giá trị. Ngay lập tức sẽ chẳng ai nói đến anh nữa, chẳng ai phỏng vấn, chẳng ai ca tụng anh nữa. Tiền bạc cũng sẽ giảm đi đáng kể. Bây giờ anh phải nói xem cái gì đối với anh quan trọng hơn. Danh tiếng có được nhờ đó hay tiền bạc có được nhờ đó?

Thực ra bây giờ anh không bỏ thì cũng đến lúc sẽ hết nhiệm kỳ. Nhưng anh không còn chút khả năng nào để bắt đầu một cái gì mới, không có khả năng để đương đầu với bất kỳ điều gì nữa rồi. Muốn có một khởi đầu mới, anh phải bắt đầu bằng cách từ bỏ con người này của anh. Nhưng con người thường nhật này, thói quen cố hữu này, thói quen đã bám rễ vững chắc, khiến anh không thể nhổ bật những chùm rễ ấy đi được. Vả lại, đó là rễ chùm, những cái rễ bò lan khắp cơ thể anh, không cách gì cắt chúng đi được. Có cắt đi chúng lại mọc ra. Để trở lại con người trước đây của anh, con người biết cái gì là bất thường, cái gì tốt cái gì xấu, anh còn không thể làm nổi.

200

Còn những tế bào này nữa. Làm sao có thể thay hết mọi tế bào trên cơ thể anh? Người ta có thể thay máu, có thể thay các bộ phận nội tạng. Nhưng với một cơ thể mà tất cả các tế bào đều đã nhiễm bệnh, còn làm gì được đây? Làm sao thay thế hết được? Anh biết bệnh của anh khủng khiếp hơn cả bệnh ung thư. Bệnh của anh không những không chữa được mà anh còn truyền nhiễm nó, làm nó lây lan trên diện rộng với một tốc độ đáng sợ.

Tất cả những điều đó làm anh đau. Nhưng hình như, chính nó, chính nỗi đau này, là một cái gì mới mẻ, khác lạ. Hình như trong quãng đời vừa qua, anh cố dẹp cảm giác đau khổ qua một bên, cố lảng tránh, cố thay thế bằng sự vui vẻ, bằng hạnh phúc và mãn nguyện. Cảm giác đau khổ là thứ anh đã đánh mất. Khắp nơi người ta khuyên anh nên tìm niềm vui sống, người ta đòi anh phải biết vui, người ta giễu cợt anh, chế nhạo anh, trách anh không biết cách vui. Đến khi anh đã quen với việc tự tạo ra niềm vui bất chấp mọi hoàn cảnh, anh lại dạy chính bài học ấy cho những người khác, cho những đồng nghiệp trẻ. Em sẽ thấy cảnh tượng này: xã hội đầy bất công và vấn nạn, nhưng giới trí thức của anh luôn vui vẻ.

Giờ đây anh bắt đầu cảm nhận lại nó, cảm nhận nỗi đau buồn bị vứt bỏ bao năm qua. Anh bắt đầu nhìn thấy thấp thoáng hình bóng con người ngày xưa. Cái con người biết buồn đau và biết sĩ nhục. Có phải em đã hình dung được rồi có ngày anh sẽ lại biết đến giá trị của nỗi buồn?

Nếu chẳng may ai đó đọc được cuộc trao đổi riêng tư này của chúng ta, người ta sẽ không tin anh là một con người có thật, người ta sẽ cho rằng anh là một nhân vật hư cấu. Chỉ có nhân vật hư cấu mới chuyển biến theo cách ấy. Sự chuyển biến mang tính tưởng tượng của anh để lộ một mong muốn, một hy vọng nhuốm màu tuyệt vọng của tác giả. Để làm gì cái hy vọng nhân tạo và tự lừa dối ấy nhỉ? Thật kỳ cục. Có giải quyết vấn đề gì đâu. Hình như tác giả cũng bị nhiễm bệnh của anh: bệnh tự lừa dối, tự tạo ảo tưởng cho mình.

Nhưng đành chịu thôi, anh không quan tâm đến việc người khác nghĩ gì. Ừ, anh là một nhân vật hư cấu cũng được, hay anh có thật cũng đã làm sao. Thực ra bản thân anh cũng không tin mình có thật. Người ta chỉ nhìn thấy lỗi của người khác, chẳng có ai lại tự nhận mình có lỗi. Người ta chỉ nhìn thấy sự đồi bại của người khác, mấy ai thấy được sự đồi bại của chính mình. Một người nhìn đâu cũng thấy tội lỗi của mình, như anh, có tồn tại thật không? Nếu anh có thật, làm sao anh có thể viết ra những điều tồi tệ như thế về bản thân? Trong cái thời đại xây dựng hình ảnh và thương hiệu này, làm sao lại có ai tự đi nói xấu mình như vậy được chứ?

Nhưng thôi. Điều quan trọng là anh đã viết những lá thư này cho em. Điều quan trọng là anh đã từng có em, đã từng được em yêu, và vẫn luôn yêu em cho đến tận lúc này. Ừ, thì anh được tạo ra từ tưởng tượng và anh có một mối tình hư cấu. Có cái gì trên đời này mà không hư cấu. Cả tác giả cũng hư cấu nốt. Anh đứng dậy, đi về phía bếp, lấy con dao cắt hoa quả, đưa tay trái ra, tìm cái đường ngang mỏng manh nơi cổ tay, cứa vào. Một dòng máu chảy xuống sàn bếp. Cứ để yên cho nó chảy, để biết rằng máu có thật, đang chảy và còn tiếp tục chảy...

Những bức thư của anh, một nhân vật tưởng tượng, đã giết chết em, một nhân vật tưởng tượng khác. Những bức thư này, trong toàn bộ tính hư cấu của chúng, cũng có thể làm hại người đã tạo ra chúng thông qua bàn tay của anh. Tóm lại, hình như anh chỉ làm được mỗi một việc là gây hại cho những người khác. Sinh viên của anh, đất nước của anh. Vợ anh, rồi con gái anh nữa. Anh chỉ biết làm hại thôi. Cứ để cho máu chảy. Đỏ và lỏng và làn hơi nhẹ bốc lên. Máu vẫn chảy thành dòng, từ bàn viết đổ xuống sàn...

Sài Gòn, tháng tám 2013 – tháng mười hai 2013

Nguyễn Thị Từ Huy

Lời bạt
Quá trình tha hoá[1]
một kiếp người

Dường như đây là tiểu thuyết Việt Nam đầu tiên đề cập tới *"sự giả dối với chính mình"*[2],

Camus xử lý đề tài này trong tiểu thuyết *La Chute* mà Sartre coi là quyển sách sâu sắc nhất của Camus. Dĩ nhiên, Camus bàn tới trong một bối cảnh và một viễn cảnh đặc thù Ky Tô Giáo và... Camus.

---

[1] *Aliénation*, định nghĩa của Marx

[2] *Mauvaise foi*, khái niệm của Sartre, định nghĩa trong *Thực thể và Hư vô, L'Être et le Néant.*

Từ Huy lại bàn tới trong bối cảnh đặc thù Việt Nam ngày nay. Thế nghĩa là : đề tài này có *tính chất người phổ biến*[3]. Tiểu thuyết này bộc lộ một hình thái của *sự phổ biến cụ thể*[4] mà nhiều thế hệ văn sĩ và triết gia Tây Âu hằng mơ ước.

Camus đã chọn một hình thái văn phong "độc thoại" : một người thổ lộ mình với một người không có thực. Giọng nói vô liêm sỉ đến phát mửa của một lý trí minh mẫn đến tự sát, rất khớp với triết lý của Camus trong *Le Mythe de Sisyphe*. Lựa chọn đó có một khuyết điểm : người đối tác câm mãi, rốt cuộc biến luôn, cuộc "đối thoại" một chiều biến thành độc thoại thuần tuý, một thủ thuật viết văn đơn giản, dễ chán. Có lẽ vì thế tác phẩm không tồn tại trong trí nhớ của độc giả như *L'Étranger* hay *Le Mythe de Sisyphe*.

Lựa chọn của Từ Huy coi bộ thuận lợi hơn. Nó cho phép vận dụng nhiều văn phong phù hợp với những nội dung phong phú hơn. Có lúc là "độc thoại" với nhau bằng thư từ giữa hai, thậm chí 2,5 người : người đàn ông, người đàn bà và... FaceBooker. Và như thế giữa nhiều người khác nhau. Bắt đầu từ lá thư thứ tư, bối cảnh giống y như trong *La Chute*. Với khác biệt cơ bản này : đối tác nữ *đã từng có thật ở đời*. Nàng tiếp tục tồn tại trong tâm thức của kẻ độc thoại, dù chỉ ở dạng ý thức bị dồn nén, ở

---

[3] *Universel*, khái niệm triết Tây Âu : có ý nghĩa và giá trị cho cả loài người.

[4] *Universel Concret*, Hegel.

dạng tiềm thức. Freud đâu thích nói đùa ! Cuộc "độc thoại" tiếp tục khai triển trong sự hiện diện của *Tha Nhân*. Độc giả không tan mình trong thế giới nhạt phèo của khái niệm, trong nỗi cô đơn trừu tượng của một con người. Độc giả tiếp tục ở đời.

Đoạn kết của tác phẩm tuyệt đẹp : sống, khổ, yêu, nhục và sáng tác nghệ thuật đột ngột kết tinh trong hành động viết và tự sát.

Được dịp đọc và suy nghĩ về mình như thế này quả là may mắn và... "thú vị".

Paris, 11/3/2014

Phan Huy Đường